T0157077

HARAKATI ZA JORAM KIANGO
Dimbwi la Damu

Simulizi Sisimka

HARAKATI ZA JORAM KIANGO
Dimbwi la Damu

Ben R. Mtobwa

Simulizi Sisimka
Nairobi • Kampala • Dar es Salaam • Kigali • Lilongwe • Lusaka

Kimetolewa na
East African Educational Publishers Ltd.
Elgeyo Marakwet Close, off Elgeyo Marakwet Road,
Kilimani, Nairobi
S. L. P 45314, Nairobi – 00100, KENYA
Simu: +254 20 2324760
Rununu: +254 722 205661 / 722 207216 / 733 677716 / 734 652012
Barua pepe: eaep@eastafricanpublishers.com
Tovuti: www.eastafricanpublishers.com

Shirika la East African Educational Publishers lina uwakilisho katika nchi za
Uganda, Tanzania, Rwanda, Malawi, Zambia, Botswana na Sudan Kusini.

Kilichapishwa mara ya kwanza na Heko Publishers, 1984
Kilichapishwa mara ya kwanza na EAEP 2018
Kilichapishwa tena 2019

ISBN 978-9966-56-154-1

Sura ya Kwanza

❂◉C◦❀◦•◦❀◉❂

GARIMOSHI lilipopunguza mwendo, Joram Kiango, kama tu wasafiri wengine, alijua kuwa walikuwa wakiingia stesheni ya Kigoma. Akainuka na kwenda dirishani ambako alichungulia nje mara moja na kisha kupiga kelele za furaha akisema, "Ah, Neema, njoo haraka! Njoo ulione ziwa Tanganyika linavyovutia kutoka hapa."

Neema Idd, ambaye alionekana mchovu kwa safari hiyo ndefu, aliinuka polepole na kumfuata Joram dirishani. Alitupa jicho moja, kisha akamgeukia Joram kwa mshangao. Akamwambia, "Sikutegemea. Kwa kweli, nilidhani kuwa ziwa Tanganyika ni bwawa kama Nyumba ya Mungu. Ah! kumbe kubwa kiasi hiki? Limeenea hadi upeo wa macho. Sidhani kuwa lina tofauti kubwa na Bahari ya Hindi."

"Tofauti ipo kijiografia tu, Neema. Kihistoria wenyeji wa hapa hawaoni tofauti yoyote. Ukubwa si hoja kwao kwani ziwa hili lina manufaa mengi kwao. Licha ya maji mengi ya Bahari ya Hindi, maji ya ziwa hili yanafaa sana kwa kunywa na kumwagilia mimea. Mwambao wa ziwa una udongo wenye rutuba ambayo inastawisha mazao kemkem. Zaidi ya hayo, ziwa hili limejaa samaki wengi ambao wenyeji wanadai kuwa ni wanono zaidi ya wale wapatikanao baharini."

Hayo Joram aliyasema kwa sauti ya majivuno kiasi kwani, kwa namna fulani, alijiona kama mmoja wa wenyeji wenye haki juu ya ziwa hili, ingawa kwa kiasi kikubwa alikuwa mgeni sana mkoani hapa.

"Nimelipenda ziwa hili," Neema alinong'ona. "Nitaogelea kila siku hadi tutakapoondoka."

"Bado kuna mengi utakayoyapenda, mpenzi. Kigoma ni mkoa wenye tunu na amali nyingi ambazo ni utajiri na zawadi kubwa kwa macho ya mwanadamu. Bado hujauonja utamu wa samaki wa hapa kama kungura, sangara na migebuka. Bado hujala dagaa waliokaangwa kwa mafuta ya michikichi au mawese. Hujawaona sokwe-mtu wanavyocheza na wanadamu huko Kasoge Mgambo. Kuna mengi yatakayokufurahisha, mpenzi wangu."

Joram alipomaliza maelezo hayo alianza kuishughulikia mikoba yao, kwani tayari gari moshi lilisimama mbele ya stesheni ya Kigoma, jengo madhubuti la Mjerumani. Baada ya kuifunga vizuri wakaibeba na kukiacha chumba chao kilichokuwa katika daraja la pili. Wakajiunga na wasafiri wengine katika msongamano wa kutoka nje ya stesheni.

Mbele ya stesheni Joram alimshauri Neema wasubiri teksi badala ya kwenda katika kituo cha mabasi ambako wangesumbuka sana kupanda mabasi kutokana na msongamano wa abiria.

Walisubiri kwa muda ambao Joram aliuona mrefu sana. Magari yalikuwa haba hali abiria wakiwa wengi mno. Wasafiri hao iliwalazimu kukimbilia magari hayo kila yalipotokea, jambo ambalo Joram Kiango hakuwa tayari kulifanya. Aliamua kusubiri fujo ipungue na muda huo wa kusubiri aliutumia kwa kumweleza Neema hili na lile juu ya Kigoma na mazingira yake.

Yote aliyosimuliwa yalimsisimua sana Neema. Akajikuta akiusherehekea tena na tena uamuzi wake wa kumwomba Joram, mwajiri wake, kufuatana naye katika safari yake hii ya mapumziko; likizo ambayo Joram aliibuni mara tu baada ya kuutatua ule mkasa wa McBain ambaye alikusudia kuangamiza juhudi zote za mapinduzi ulimwenguni.

"Twende wote Joram. Nina hamu kubwa ya kuiona Kigoma," Neema alimweleza Joram.

"Unataka kwenda Kigoma?" Joram alihoji. "Ni safari ndefu sana, mpenzi."

"Nina hamu ya safari ndefu. Siku nyingi sijasafiri. Tafadhali nichukue nami niione nchi yetu."

"Tutaangalia, Neema."

Naam, waliangalia. Wakaona kuwa haikuwepo sababu ya kumwacha Neema peke yake katika ofisi yao. Ndipo wakaandaa safari. Wakasafiri. Wakati huo ndio walikuwa wamewasili tu.

Walipokuwa wakiendelea kusubiri usafiri, mtu mmoja ambaye alikuwa akipita alisita ghafla na kumtazama Joram kwa muda. Joram pia alimtazama, akasoma maneno kama "nimewahi kukuona" katika macho ya mtu huyo.

"Unasemaje ndugu?" Joram alisaili alipomwona mtu huyo akizidi kumkodolea macho.

"Samahani ndugu," mtu huyo alitamka kwa sauti yenye haya kiasi. "Kama sikosei wewe u Joram Kiango, yule mpelelezi maarufu, au sio?"

Joram alitabasamu kidogo kabla ya kusema lolote.

"Najua ndiwe, ingawa sijawahi kukutana nawe ana kwa ana. Picha zako ambazo hutokea magazetini zinakuchukua kabisa," mtu huyo alisema kwa uchangamfu kuliko awali. "Na sasa nimeamini kuwa waandishi wa habari hawatii chumvi wanapoandika habari zako wakisema kuwa unapenda mikasa kiasi cha kuitafuta huko na huko nchini. Hata hivyo, safari hii umeupoteza bure muda wako. Hawa wawili wamejiua wenyewe kabisa."

Neno "kujiua" ndilo lililomvuta Joram hata akatamani kuendelea kumsikiliza mtu huyo. "Sidhani kama nimekuelewa ndugu. Kujiua! Nani waliojiua?" akamuuliza.

"Acha mbinu zako Joram," alisema baada ya kucheka. "Unataka kusema kuwa hukuja kwa ajili ya upelelezi wa vifo vya hawa wapenzi wawili ambao wamejiua? Usinidanganye Joram!"

Kulitaja jina la Joram mara kwa mara kuliufanya umati uliokuwepo umgeukie Joram na kuanza kumtazama kwa macho yenye husuda na hadhi tofauti na yale yaliyokuwa yakimtazama muda mfupi uliopita. Kila mtu alitaka amwone, kila mmoja alitaka aisikie sauti yake. Hivyo, dakika iliyofuata Joram na Neema walijikuta katikati ya umati ambao uliwazunguka ukiwatazama.

Hakuna jambo ambalo Joram alilichukia kama kushangiliwa. Hivyo, mara moja aliuinua mkoba wake na kumwashiria Neema amfuate. Wakaondoka kuelekea kituo cha mabasi wakiifuata Barabara ya Lumumba. Kabla ya kufika kituoni walikutana na teksi ambayo iliwachukua hadi Ujiji.

"Sijayaamini macho wala masikio yangu. Sema tena, mwanangu. U Joram hasa?" Mzee Kondo alifoka huku kamkumbatia Joram kwa nguvu mara tu Joram alipowasili na kujieleza kwa mzee huyo ambaye alikuwa ameanza kumsahau.

"Sema nisikie, ni wewe kweli, mjukuu wangu?"

"Ni mimi, babu!"

"Kweli, ni wewe," sasa sauti ya mzee ilipoa kiasi. "Karibu nyumbani kwako," alisema akipisha mlangoni kumruhusu Joram kupita. Ndipo macho yake yakamwangukia Neema, ambaye muda wote alisimama kando akitabasamu. "Alaa, kumbe umemleta mke wangu, vilevile! Mbona hukutuarifu wakati wa harusi ili tukutumie walao baraka? Hata hivyo, sina budi kukusifu. Chaguo lako linaridhisha kabisa."

Joram akacheka kabla hajajibu, "Sijaoa babu. Neema ni rafiki yangu na mfanyakazi mwenzangu. Tumekuja naye ili naye aione Ujiji."

"Rafiki yako!" Mzee akafoka tena. "Yaani hujaoa? Unadhani utaoa lini?" Joram alipochelewa kumjibu Mzee Kondo aliongeza, "Hata hivyo, si neno. Nadhani naye hajaolewa pia. Kama ndivyo sitawaruhusu kuondoka kabla ya kufunga ndoa. Ukimkosa huyu sidhani kama utampata mwingine wa kuridhisha."

Yalifuata maongezi mengi. Mzee Kondo, mzee mwenye afya kimwili na kimaongezi hakuishiwa na maelezo. "Laiti marehemu bibi yako angekuwa hai," alisema. "Amwone Joram, kile kitoto kitundu kilivyo mtu sasa." Baada ya hilo alidai 'kisa' cha Joram kulowea Dar es Salaam bila kuja nyumbani angalau mara moja kwa mwaka. "Unakuwa kama baba yako ambaye ameng'ang'ania kazi huko Amerika? Kazi ya nini siku hizi. Wangapi wanaacha na kurudi nyumbani? Siku hizi maisha ni kilimo tu!"

"Ndiyo babu. Lakini unadhani itakuwaje endapo wote tutakuwa wakulima? Lazima wengine wabaki maofisini, wengine mashambani."

Mzee Kondo aliuepuka ubishi huo kwa kuuliza, "Nawe unafanya kazi gani huko Darisalama? Polisi?"

"Mimi sio polisi."

"U nani basi?"

Joram akacheka.

"Usicheke tafadhali. Hili ni jambo ambalo nilitamani sana kuzungumza nawe. Habari ninazosikia juu yako ni za kutatanisha sana. Inasemekana kuwa unahusika sana katika mambo ya vifo na maafa. Elimu yote hiyo uliyonayo, badala ya kutafuta kazi ya maana ufanye unajihatarisha bure maisha yako. Angalia Joram. Usicheke..."

Joram hakufaulu kuvumilia kucheka. "Usijali babu, hakuna linaloweza kunitokea. Najua ninachokifanya," alijibu baadaye.

"Labda unajua. Lakini naamini hujui uchungu utakaompata baba yako na mimi endapo utafikwa na maafa. Wanaijeria wa kale wana usemi unaodai kuwa 'uoga ni aibu lakini waoga husimama mbele ya nyumba zao kuonyesha magofu ya zilizokuwa nyumba za mashujaa'.

Nyumba ilianza kujaa watu wengi kuliko Mzee Kondo alivyotegemea. Wengi wakiwa watu ambao hata yeye hakuwafahamu. Wote waliingia na kutoka kwa nia ya kutaka kumwona Joram. Naam, Joram Kiango, kijana ambaye mji wa Ujiji ulizipata sifa zake kwa njia ya magazeti tu. Leo fununu zimeenea kuwa kaja Ujiji. Nani aipoteze nafasi njema kama hiyo? Lini tena ingetokea nafasi nyingine ya kumwona mtu huyo wa ajabu ambaye kwake maafa ni mchezo? Mtu ambaye hutatua mikasa ya ajabu ambayo iliwatatanisha polisi wote nchini! Yeye huitatua kama mzaha tu, huku maadui wenye silaha za hatari, walio tayari kumwangamiza wakiisha mikononi mwake.

Nani aikose nafasi hiyo? Kila aliyepata fununu alikuja. Na alipotoka alinong'ona hili na lile.

'Kumbe kijana mwenyewe mdogo hivi!'

'Sura yake nzuri masikini, ataiharibu kwa risasi.'

"Haonekani kama anaweza kuwa jeuri kama wanavyodai waandishi wa habari' na kadhalika.

Joram hakupendezwa na tabia hiyo ya kutazamwatazamwa. Kama angeipenda angesomea michezo ya kuigiza awe mcheza sinema, televisheni na tamthilia majukwaani. Hivyo, ili kuwaepuka aliingia chumbani kwa babu yake ambako aliketi juu ya kochi.

Baada ya muda babu yake alimfuata chumbani huko na kumnong'oneza, "Nimeona ulivyo maarufu mwanangu, sikutegemea. Hata hivyo, watu wananong'ona jambo ambalo linanishangaza; kwamba niache kufurahi kuwa umenitembelea. Umekuja kwa ajili ya hivi vifo vya wapenzi wawili waliokufa jana. Ni kweli?"

"Sijui chochote juu ya vifo hivyo," Joram alimjibu. "Nadhani unafahamu babu kuwa safari ya kutoka hapa hadi Dar es Salaam ni siku mbili. Hiyo ina maana kuwa jana nilikuwa safarini nikija. Sikuwa na habari yoyote, wala mpaka sasa sijafahamu lolote juu ya vifo hivyo."

Mzee Kondo akaridhika. "Afadhali, bila hivyo ningeonea mashaka akili yako. Usikie watu wamejiua kwa ajili ya mapenzi, ufunge safari hadi huku!"

"Pamoja na hayo nikipata nafasi nitapenda kufahamu chochote juu ya vifo hivyo. Watu kujiua kwa ajili ya mapenzi! Mimi nadhani hayo ni mambo ya zamani au hadithi za kujitungia tu."

"Hata mimi nilidhani hivyo, Joram. Lakini maadamu imetokea na nimeona kwa macho yangu, sina shaka tena kuwa mapenzi yaweza kuua."

"Labda... tutaona," Joram alimjibu akipapasa mifuko yake kusaka sigara.

Sura ya Pili

JIONI hiyo, baada ya kuoga maji ya ziwa ambayo yaliondoa uchovu wote wa safari, Joram na Neema walijitokeza mitaani kubarizi; Joram akidai kuwa alihitaji kumwonyesha Neema mji wa Ujiji.

"... Ni mji wa zamani, wenye historia," Joram alisema wakati wakipita mtaa huu na ule. "Umekuwa hapa kabla ya ukoloni. Waarabu waliufanya kama kituo kikuu cha biashara zao haramu za watumwa na pembe za ndovu toka Kongo. Hayo naamini umeyasoma katika vitabu vya historia. Baada ya kukaa hapa kwa muda utayaona makovu mengi ya athari za utawala wa Kiarabu. Dini na mila za wananchi zina kiasi kikubwa cha tabia za Kiarabu." Alisita kidogo kisha akaongeza kwa sauti nzito, "Linalonishangaza ni jinsi maendeleo yanavyotokea polepole katika mji huu, ukiyalinganisha na umri wake. Mji huu una tofauti kabisa na miji mingine ya Tanzania ambayo inaendelea harakaharaka. Tazama, nyumba chache kama ile, na ile, tangu nikiwa na umri wa miaka miwili zilikuwa na sura ile ile; nyumba za miti, paa za majani..."

Walitembea huko na huko. Walipoufikia Mtaa wa Songoro, Joram akashauri waende ziwani. Huko waliyatazama majahazi na abiria waliokuwa wakijiandaa kwa safari ya ziwani. Pengine walikuwa wakienda Mgambo, Kagunga au hata kuvuka ziwa kwenda Zambia, Kongo na Burundi. Joram hakujishughulisha kujua.

"Loo, mtu anawezaje kusafiri ndani ya chombo kidogo kama hiki?" Neema alihoji kwa mshangao.

"Wala hakuna safari tamu kama ya baharini," Joram alimjibu. "Unakwenda ukielea juu ya maji huku mawimbi yakikuyumbishayumbisha kama yanayokubembeleza ulale."

"Nasikia wengine hutapika."

"Walio waoga, ndiyo."

Walirudi nyumbani kwa kuifuata Barabara ya Livingstone. Walipofika barabara kuu ya Lumumba, Joram alinunua gazeti la Uhuru baada ya kuona watu wakiyapigania.

Mara macho yake yakavutiwa na picha iliyoupamba ukurasa wa mbele. Ilikuwa picha ya kusikitisha sana, picha ya vijana wawili waliolala maiti sakafuni huku wamekumbatiana. Kama si kwa ajili ya macho yao yaliyokodoka, na mavazi yao yaliyokaa ovyoovyo, isingekuwa rahisi kuwadhania kuwa marehemu. Sura ya mvulana ilionekana kama yenye nusu maumivu na nusu tabasamu. Chini ya picha hiyo kulikuwa na maelezo mafupi yakisema: Wapenzi wawili ambao maiti zao zilipatikana katika hali hii, chumbani kwa mvulana. Kando yao kulikuwa na chupa yenye sumu aina ya *Acid*. Inadhaniwa kuwa wamejiua. Uchunguzi unaendelea.

Baada ya kuitazama kwa makini, Joram alimwonyesha Neema ambaye aliitupia jicho moja tu na kumtupia Joram gazeti hilo huku akihisi kichefuchefu kwa huzuni.

"Siwezi kuitazama zaidi... Inasikitisha..." alinong'ona.

"Mapenzi yanaweza kufanya hivi? Joram alijiuliza huku kamkazia macho Neema.

"Sijui, tutaona," alijibu.

* * *

'Naam, mapenzi yanaweza kuua... yameua...' Hilo ndilo jibu Joram Kiango alilolipata kote alikopita kutafiti kifo cha wapenzi wale wawili ambao alikwisha fahamu majina yao kuwa Maimuna Kheri na Juma Shaabani. Utafiti wake ulimpeleka huku na huko, ukimkutanisha na ndugu, jamaa na marafiki wa marehemu. Wote walidai kitu kilekile 'mapenzi'. Baada ya kuyasikiliza maelezo yao alijikuta akiamini kabisa kuwa mapenzi yameua.

Kisa chenyewe kilianzia katika kijiji kidogo cha Katato, Mgambo; miaka kadhaa kabla ya wananchi kuhamia vijijini.

Maimuna Kheri, wakati huo akiwa msichana mdogo mwenye umri wa miaka minane, alikuwa kasimama mbele ya nyumba yao akilia. Sababu iliyomfanya alie sasa alikuwa ameisahau kwani enzi hizo, kwake kulia lilikuwa jambo la kawaida. Kile ambacho asingeweza kusahau ni jinsi mtoto wa kiume alivyotokea ghafla toka vichakani na kumsogelea. "Acha kulia," akamwamuru kwa sauti ya upole. Maimuna alipoendelea kulia kijana huyo alimkumbatia na kuanza kumfuta machozi. Mguso wa mikono ya mtoto huyo katika uso wake ulimfanya ajisikie faraja kuliko alivyowahi kuhisi huko mbeleni. Bila ya kufahamu afanyalo alijikuta naye akimkumbatia kijana huyo huku machozi yakinyauka usoni na majonzi kumtoka rohoni.

Maimuna alipoamua kulia, alilia hasa. Angeweza kulia tangu asubuhi hadi saa kumi. Wala asingenyamaza kamwe bila ya kubembelezwa ama usingizi kumpitia. Hivyo, kunyamaza kwake kwa ghafla kulimshangaza mama yake ambaye alikuwa ndani akipika. Mama yake akatoka kumwangalia. Akawakuta wakiwa bado wamekumbatiana, mkono wa mvulana ukiendelea kutambaa katika uso wa Maimuna. Mama mtu akaangua kicheko. Kisha akasema kwa mzaha, "Baba mkwe, huyo mkeo ana kiburi sana. Ukimbembeleza utamharibu zaidi. Dawa yake ni fimbo tu." Baada ya maneno hayo alirudi ndani kuendelea na shughuli zake.

Mtoto huyo wa kiume alikuwa Juma Shaabani. Ilikuwa siku yake ya kwanza kuikanyaga ardhi ya Katato. Walihamia hapo na wazazi wake kutoka sehemu za Ufipa ambako alizaliwa. Walifika kwa mjomba wao, hatua kadhaa kutoka nyumbani kwao Maimuna.

Katato kikiwa kijiji kidogo chenye watu wachache, Juma akajikuta mpweke tangu dakika ya kwanza kuingia kijijini hapo. Hivyo, aliposikia kilio cha mtoto Maimuna aliwatoroka wazazi wake na kujipenyeza vichakani hadi alipomfikia. Ndipo walipokumbatiana. Na walipotengana walitengana kimwili tu. Mioyo yao ikawa imeambatana vilevile. Wakawa chanda na pete. Kutwa nzima walicheza mchezo huu na ule huku wakicheka na kufurahi. Uhusiano wao uliwafanya wazee wao waendelee kuwatania kuwa "mume na mke", jambo ambalo liliwapendeza.

Siku zikaja na kwenda, kila siku ikiongeza uzito wa ushirikiano baina ya Maimuna na Juma.

Ukawadia wakati ambao walianza shule. Wakaingia wote katika darasa moja. Shuleni vilevile walikuwa kama dada na kaka, tabia ambayo iliwafanya walimu na wanafunzi kurithi mzaha wa wazazi wao na kuwaita "bibi na bwana".

Maumbile yana udhaifu mmoja. Huathiriwa na kitu ambacho hakishikiki wala kuonekana kwa macho; wakati. Jinsi wakati ulivyopita ndivyo hufanya hili na lile katika miili ya viumbe vyote. Miti hukua ikazeeka, majani huneemeka yakanyauka, na kadhalika. Watu pia huacha utoto na kuingia ukubwani. Maimuna na Juma, kama viumbe wengine, hayo yaliwapata pia.

Maimuna alitahamaki akiwa msichana mwenye kifua kilichobeba mzigo wa matiti yaliyosimama tisti. Sura yake ilikuwa nzuri yenye ngozi laini na macho ambayo waliowahi kumwona walidai kuwa kila akutazamapo ungedhani anakuchekea. Sura hiyo ilibebwa na umbo refu jembamba lenye kiuno kinachomstahili msichana na yote yanayomvutia kila mvulana. Umbo hilo na tabia yake ya tabasamu mara kwa mara vilimfanya kila mvulana ajikute akibabaika kimawazo mbele yake.

Juma naye alitukia kuwa kitu fulani ambacho macho ya wasichana na akina mama yasingekiruhusu kupita bila ya kukitazama mara mbilimbili. Alikuwa kijana mrefu, mnene mwenye uso mkakamavu na macho maangavu. Ni macho hayo ambayo wasichana walidai 'yanawaumiza' na kwamba yakikutazama ni kama yanakushawishi kuafiki yote atakayo.

Naam, Maimuna na Juma waliweza kumshawishi kila mtu awamezee mate. Ingawa vishawishi kadha wa kadha vilitendwa kuwatenganisha, waliendelea kuwa chanda na pete. Kamwe hawakukubali kutofautiana kimawazo.

Kitu kikubwa ambacho wakati uliwadhulumu ni nafasi ya kucheza pamoja hadharani na sirini, kucheka wakitaka na kukumbatiana watakapo. Umri kwa kiasi fulani uliwanyang'anya fursa hiyo. Wakajikuta wakiogopana au kuoneana haya.

Pigo la pili lililoletwa na wakati ni lile la kumaliza shule ya msingi. Matokeo yalimwezesha Maimuna kuendelea na masomo na kumfanya Juma abaki nyumbani. Kwa mara ya kwanza furaha iliyokuwa mioyoni mwao ikaingiwa na kitu ambacho hapo awali hawakukifahamu kabisa; hofu ya kutengana. Jioni ya siku hiyo ambayo habari hizo ziliwafikia walikutana juu ya majabali, kando ya ziwa. Kwa muda walikwepa kutazamana machoni wakihofia kuona kile ambacho hakuna aliyependa kukiona katika macho ya mwenzake.

"Maimuna, nadhani unafahamu kuwa nakupenda," Juma alisema ghafla baada ya jitihada kubwa.

Ilikuwa mara yao ya kwanza kujadili neno hilo. Ingawa siku zote walikuwa pamoja kimawazo na kimwili, kamwe hawakuwahi kuketi wakatamkiana jambo hilo. Hivyo, Maimuna alijihisi kusisimkwa damu na moyo kujaa furaha kubwa isiyoelezeka mara baada ya kumsikia Juma akimweleza hivyo waziwazi.

"Nakupenda Maimuna. Nakupenda kwa moyo wangu wote. Sina hakika kama naweza kustahimili maisha bila ya wewe. Tafadhali niambie kama wewe unanipenda." Hayo Juma aliyaongeza huku akiutwaa mkono wa Maimuna na kuutomasatomasa. "Sema, tafadhali."

"Sina la kusema Juma, mimi ni wako kwa heri na shari." Jibu la Maimuna, ambalo lilitamkwa kwa sauti ndogo yenye haya, lilimfikia Juma kikamilifu. Likaineemesha faraja iliyokuwemo moyoni mwake kiasi cha kumfanya atamani kupaa angani, aruke kote duniani na kuutangazia ulimwengu kuwa alikuwa na furaha. Maadamu jambo hilo lilikuwa nje ya uwezo wake, alifanya lile aliloweza kulifanya. Alimvuta Maimuna kwa nguvu na kumkumbatia kikamilifu huku akinong'ona, "Sikia Maimuna. Mimi ni wako hadi ahera. Kasome hadi sekondari na uende hata Ulaya, mimi nitaendelea kuwa wako. Nitaendelea kuisubiri kwa furaha siku ambayo tutakuwa mume na mke.

"Usihofu. Sina elimu wala utajiri. Lakini naamini kuwa nitakuwa mume mwema na mwaminifu kwako. Nitafanya yote kukuwezesha kuishi kwa furaha na amani, kasome Maimuna. Kasome ukijua kuwa yuko mtu mmoja tu anayekupenda na kukusubiri, usiku na mchana."

Sauti yake yenye dalili zote za ukweli ilimwingia Maimuna kikamilifu kiasi cha kumfanya aanze kulia hali hajui hasa kinachomliza. Kama wakati ule walipokuwa watoto na kukutana kwa mara ya kwanza, mkono wa Juma ukapita tena juu ya uso wa Maimuna kumfuta machozi huku akimnong'oneza, "usilie."

"Hapana Juma. Siwezi kukuacha kamwe kwa muda mrefu kiasi hicho. Waonaje nikiamua kutokwenda huko sekondari ili tuoane? Nitakuwa mke mwema..." Maimuna alisema kwa kwikwi.

Juma alimkatiza mara moja, "La, siwezi kuwa katili kiasi hicho! Nikupokonye nafasi ya dhahabu kama hiyo! Nafasi ambayo maelfu wanaililia! Nitakuwa sikupendi hata chembe kama nitaafiki pendekezo hilo. Kasome tu Maimuna. Mradi usisahau kuwa nipo na nitaendelea kuwepo kwa ajili yako, wewe peke yako."

Giza lilipoanza kuingia lilifanya wauvunje mkutano huo. Wakateremka kutoka juu ya mawe hayo na kurudi kila mmoja nyumbani kwao, kila mmoja akiwa na imani halisi juu ya mwenzake.

Ilipowadia safari ya Maimuna kwenda Msalato, Dodoma, ambako alichaguliwa kusomea, Juma alimsindikiza hadi ndani ya meli ambako alimuaga kwa furaha ya usoni hali moyoni akiwa na majonzi. Maimuna hakufanikiwa kuyaficha machozi yake. Bila ya kuyajali macho ya watu walikumbatiana tena melini humo na kutengana pale tu honi ya mwisho ilipopigwa.

Msiba aliobaki nao Juma Shaabani haukuwa na kifani, kila alichokiona hakikumpendeza. Kila chakula alichokila hakuona ladha yake. Usiku ulimnyima starehe ya usingizi hali mchana aliuhisi mkinaifu. Alichohitaji ni kitu kimoja tu, Maimuna. Alitamani amwone tena angalau kwa dakika moja tu zaidi, aisikie sauti yake inayofariji, amkumbatie na kuihisi ngozi yake laini iliyosisimua.

Kilio chake kilipungua na nafasi yake kutwaliwa na matumaini pale alipoipokea barua ya kwanza ya Maimuna ikimweleza kuwa aliwasili salama. Kilichomfariji si kufahamu kuwa aliwasili salama tu bali hasa ni yale maneno machache aliyoyaongeza akisema, "Juma kaa ukijua kuwa nakupenda. Kama nitashindwa masomo ni kwa ajili ya kukuwaza tu..."

Juma akajikuta akipatwa na moyo mpya, moyo wenye imani na matumaini yote ya kujikuta siku moja akiitwa 'mume wa Maimuna', hadhi ambayo hakuwa tayari kuipoteza. Usiku huo huo akainua kalamu na kumjibu:

" Mwandami wangu M, sijui nieleze kwa lugha ipi furaha niliyoipata kwa kuipokea barua yako ambayo imeufichua tena moyo wako kwangu... Soma mpenzi, soma kwa juhudi zako zote. Jifunze yote na uzingatie yote mradi hayatakufanya kumsahau mtu mmoja tu ambaye anakesha usiku na kutaabika mchana, akikusubiri..."

Barua kama hizo ziliendelea kupishana baina yao kila wiki, kila barua ikijaribu kadri ya uwezo wa mwandishi kufafanua kiwango cha mapenzi yake kwa mwenziwe. Hakuna aliyefanikiwa. Kila mmoja alihisi kiasi kikubwa cha upungufu katika maandishi yake. Ndipo ikawadhihirikia kuwa karatasi kamwe haikuwa na nafasi ya kuiosha wala uwezo wa kubeba kile ambacho walihitaji kutumiana, mapenzi; kwamba mapenzi hayaelezeki kwa maneno wala maandishi, bali ni siri iliyofichika moyoni. Hata hivyo, pamoja na kufahamu hayo hawakukoma kuandikiana.

Nyakati za furaha kwao zilikuwa zile za likizo. Walipokeana kwa furaha na kuambatana zaidi ya kumbikumbi. Hatimaye, miaka minne, ambayo kwa Juma na Maimuna ilikuwa kama karne, ilikatika. Maimuna akarejea nyumbani kusubiri matokeo ya mtihani.

Uchangamfu ukamrudia tena Juma Shaabani. Muda wote huo wa miaka minne alikuwa mnyonge isipokuwa kwa zile nyakati chache ambazo Maimuna alikuwa likizoni. Unyonge ulitokana na sababu nyingi. Kubwa ikiwa ile ya kutokuwepo Maimuna. Nyingine ni ile ya wazazi wake kumshawishi aoe msichana mwingine kwa madai kuwa kamwe Maimuna na elimu yake asingetokea kuolewa na mtu wa darasa la saba. Kadhalika, tatizo lingine lilikuwa lile la kuwaepuka wasichana wote kwa kule kutopenda kuvunja uaminifu wake kwa Maimuna. Hilo lilimtesa sana, hasa alipokutana na msichana mwenye sura na tabia za Maimuna. 'Unaipoteza nafasi yako Juma, mtu huwa kijana mara moja tu...' moyo wake ulimshawishi hivyo, lakini aliushinda kwa kuikumbuka ahadi ya Maimuna aliposema "... kaa ukijua kuwa nakupenda..."

Nyakati hizo za kutatanisha alizIondoa akilini kwa kufanya kazi za kilimo na uvuvi kwa juhudi kubwa, jambo ambalo lilimwezesha kutokea kuwa kijana mwenye hadhi kiuchumi zaidi ya vijana wote wa kijijini hapo. Alikuwa tayari kajenga nyumba yake na kuipamba kwa vifaa vingi muhimu, tayari kabisa kuwa mume wa mtu, mtu ambaye hakuwa mwingine zaidi ya Maimuna.

Majibu yalikuja kama ambavyo Juma na Maimuna waliyahitaji. Hayakumtaka Maimuna aendelee na masomo, wala hayakumwamuru kutoka nje ya mkoa wa Kigoma. Alikuwa amechaguliwa kuchukua mafunzo ya ukatibu huku akiwa mfanyakazi katika ofisi ya Mkurugenzi wa Maendeleo wa Wilaya ya Kigoma. Kwa mara nyingine wakaagana, Maimuna akienda Kigoma mjini ambako angeishi, ahadi yao ikiwa wafunge ndoa ya kiserikali baada ya miezi mitatu tu ya Maimuna kuwa kazini.

Ni kweli kuwa mapenzi ya Maimuna kwa Juma yalimziba macho hata asiweze kuwaona vijana wengine wa kiume. Ndiyo, alifanikiwa kufanya hivyo lakini hakufaulu kuziba masikio yake. Tangu shuleni hadi nyumbani aliwasikia vijana kadha wa kadha wakimnong'oneza mambo ya kumtaka mapenzi. Aliwasikia, lakini hakuwasikiliza kwa kuwa hakuamini kuwa mapenzi huanza kwa maneno ya kubembeleza. Wote waliojaribu bahati zao walimwepuka walipomwona alivyo kiziwi.

Wote, isipokuwa kijana mmoja tu ambaye si msikivu wa kutosha. Kwa jina alijiita Bob Gale. Yeye alimwandama Maimuna tangu siku ya kwanza aliyomtia machoni na kuona watu wengine walivyoumbwa kwa upendeleo. Alijaribu kumtupia macho ya mwaliko lakini ikamshangaza alipoona Maimuna akimpuuza. Alimfuata na kumbembeleza kwa maneno matamu na sauti laini, lakini bado Maimuna hakumjibu. Bob Gale, akiwa kijana ambaye kamwe hakubali kumkosa mwanamke amtakaye, alianza kutumia mbinu nyingine kumpata Maimuna. Akaanza kwa kumlazimisha kupokea zawadi ya shilingi elfu moja. Pesa hizo zilifuatwa na zawadi nyingine kadha wa kadha zenye thamani. Maimuna akiwa msichana masikini aanzaye maisha alijikuta akizipokea zawadi hizo.

Ndipo Maimuna alipoanza kumwona Bob Gale. Akaona kuwa Bob hakuwa kijana mbaya kwa sura, ingawa weusi wake kiasi ulivuka kiwango. Vilevile, aliona kuwa ufupi wake haukuwa wa kupendeza. Lakini upungufu huo ulimezwa na ukafunikwa na mavazi yake maridadi yenye thamani; mavazi ambayo si kila kijana angeweza kuyapata. Maimuna akaona pia kuwa siku zote Bob awapo mitaani huwa juu ya pikipiki ambayo lazima ilikuwa yake kwani nyuma iliandikwa "BOB". Baada ya kuona na kuridhika Maimuna akajikuta akianza kumsikiliza Bob.

"Ninavyokupenda Maimuna siwezi kusema."

"Nitajuaje kuwa unanipenda?"

"Yaani hujafahamu tu? Niambie nifanye nini ili ufahamu." Sauti yake ikiwa na kila dalili ya mapenzi, macho yakimtazama kwa namna inayosihi na kubembeleza, pamoja na zawadi kemkem ambazo ziliendelea kumiminika, vikamfanya Maimuna alainike kiasi cha kumfanya jioni moja ajikute juu ya pikipiki, nyuma ya Bob.

Safari yao iliishia chumbani kwa Bob, chumba ambacho kilimtisha Maimuna kwa jinsi kilivyopambwa vitu vya thamani. Maimuna akatakiwa kupumzika kitandani. Akashauriwa kuvua gauni kwa madai ya 'joto'. Dakika zilizofuata akajikuta akilalamika kwa faraja akimtaja "Juma... Juma..."

"Achana na Juma. Tangu leo ni Bob," sauti nzito ya kiume iliamuru.

Naam, Juma alisahauliwa, akatoweka kabisa katika nafsi ya Maimuna. Nafasi yake ikajazwa na Bob. Vipi amkumbuke Juma, mtu asiye na chochote? Mtu ambaye hakuwahi kumpeleka dansini wala sinema? Kwanza, angewezaje kuamini kuwa Juma anampenda zaidi ya Bob wakati ambapo hajawahi kumpa chochote cha haja? Tuseme anampenda -akajiuliza- itasaidia nini? Tangu lini mkono mtupu ukalambwa? Si yuko mwanamuziki aliyeimba kuwa mapenzi ni kupeana? La, asingekubali tena kudanganyika. Kama ana wake, wa kufa na kupona, hakuwa mwingine zaidi ya Bob.

Mawazo hayo yalijengeka, yakaneemeka katika fikra za Maimuna hata akasahau kuzisoma barua za Juma ambazo ziliendelea kumfikia. Hakuwa na muda. Muda wake wa mapumziko aliutumia kustarehe pamoja na Bob. Starehe zikawa nyingi na akazithamini zaidi ya kazi. Ikawa leo yuko kazini, kesho hayupo; leo atoke saa mbili kabla; kesho afike saa nne. Jambo hilo likamfanya afukuzwe kazi baada ya miezi michache tu. Lakini hakujali kwani Bob alimwambia asijali.

Akaendelea kumtimizia mahitaji yote, muhimu na ya starehe. Kitu pekee ambacho Bob alishindwa kutimiza katika mahitaji ya Maimuna ni lile ombi lake la kuishi pamoja kama mume na mke. Alidai kuwa wakati ulikuwa haujawadia. Maimuna akaendelea kuusubiri kwa hamu.

Habari husafiri kama upepo. Haukupita muda kabla habari za mwenendo wa Maimuna hazijawasili Mgambo na kulifikia sikio la Juma Shaaban, kwamba amefukuzwa kazi; anakesha katika mabaa, amepanga chumba cha ukahaba, na kadhalika. Juma hakuamini. Hakutaka kuamini. Pamoja na barua zake zote kukosa majibu bado hakuona kama Maimuna angeweza kumtupa na kujitupa kiasi hicho. Hivyo, akakusanya nauli na kupanda meli ya LIEMBA hadi Ujiji kumwona Maimuna. Akaelekezwa nyumba na chumba. Maadamu mlango ulikuwa wazi akaingia.

Chumba cha Maimuna kikamshtua. Hakutegemea maendeleo ya samani nyingi kiasi hicho. Macho yake yalisafiri huko na huko kuhusudu yakauangukia ukuta ambao ulichakaa kwa picha ainaaina, nyingi zikiwa za rangi; nyingi zikiwa za Maimuna na kijana mmoja ambaye Juma alidhani umbo lake halikutofautiana sana na dume la nyani. Picha moja ilimtisha sana. Maimuna na kijana huyo walikuwa uchi huku wamekumbatiana.

Juma alikuwa bado kaikodolea macho picha hiyo, wakati Maimuna alipoingia. Wakatazamana. Kitu ambacho kilikuwa kimelala katika moyo wa Maimuna kikaibuka na kumfanya agutuke mara tu walipotazamana. Ni kitu kile kile ambacho alikuwa akikihisi kila alipomwona Juma na kuiona nuru katika macho yake, kitu ambacho hakupata kukihisi kwa mtu yeyote mwingine, kitu kisichoelezeka.

"Ni nani huyu?" Juma alifoka, kidole kakielekeza kwenye picha ile ya uchi.

"Ni mpenzi wangu," Maimuna alimjibu kwa hasira, sauti yake ikitetemeka.

Tamko lake la wazi lilimfanya Juma apigwe na butwaa. Kwa muda akawa ameduwaa. Fahamu zilipomrudia alimeza mate kulainisha koo, kisha akasema, "Maimuna, unataka kusema kuwa mara hii umesahau ninavyokupenda? Hujui..."

"Sijui kitu. Huyo ni wangu wa milele. Nilikosea nilipodhani kuwa nakupenda. Hujui mapenzi. Tazama mwenzako alivyojaza nyumba hii kwa vitu vya thamani. Wewe huna lolote wala chochote. Kukupenda ni sawa na kujitupa motoni."

"Maimuna!... Maimuna!... Kweli unaniambia mimi maneno hayo? Unafanya mapenzi kama biashara..." alitamani aseme mengi, lakini hakujua aseme nini. "Maimuna! Maimuna!..." aliendelea kuropoka.

"Tena nakuomba uondoke mara moja, urudi zako kijijini; Juma." Sasa Maimuna alizungumza kwa nguvu baada ya kumwona Juma kalegea mwili na sauti. "Sidhani kama Bob atafurahi kukukuta hapa."

"Siendi popote," Juma alinguruma. "Na akifika hapa nitamuua."

"Huwezi. Labda uniue mimi kwanza."

"Ndiyo. Nitakuua wewe na yeye. Hamfai kuishi..." alinguruma akimsogelea Maimuna huku kapanua mikono tayari kumkaba koo. Mauaji yalikuwa wazi katika macho yake, yakitoa nuru kali ambayo Maimuna hakupata kuiona huko mbeleni. Kwa hofu akamkwepa na kutoka nje mbio. Wazo la kwenda polisi halikumjia. Badala yake alikwenda kwa Bob.

* * *

Siku tatu zilikuwa zimepita bila ya kumtia Bob machoni. Hilo halikuwa jambo la kawaida kwao. Hivyo, pamoja na kumtaka akamsaidie kumfukuza Juma, alihitaji sana kumwona. Aliukuta mlango ukiwa wazi, sauti ya muziki wa Kizaire ikisikika toka ndani. Akaingia bila ya kujishughulisha kupiga hodi. Kweli, alimkuta Bob. Lakini hakuwa peke yake. Alikuwa na mtu wa pili, msichana, wakicheza muziki.

Maimuna akajikuta kasimama mbele yao akiwatazama kwa mshangao. "Bob, nani huyo?" aliropoka baada ya kuushinda mshangao wake.

"Ni mchumba wangu," Bob alimjibu kwa sauti ya kebehi. "Wala sidhani kama una haki ya kuingia hapa bila mwaliko. Naona uende zako haraka kama ulivyofika."

"Bob, kweli unaniambia mimi maneno hayo? Siyaamini masikio yangu."

"Amini usiamini, sijali. Nakutaka upotee mara moja."
"Bob!..."

"Ondoka." Sasa Bob alifoka kwa nguvu. Sauti yake kali ikamwingia Maimuna hadi moyoni kama mshale wa sumu, sumu ambayo ilimletea maumivu makali. Ndiyo kwanza ikamdhihirikia kuwa Bob hakumpenda kamwe, bali ulaghai na hongo zake alizotoa ili aitulize tamaa yake tu.

Sasa hakuwa kitu tena mbele yake. Thamani yake haikutofautiana na ganda la muwa machoni mwake.

"Bob..." aliropoka tena akianza kulia. Ghafla akageuka na kutimka mbio kurudi kwake, nia yake ikiwa moja tu, amkute Juma na kumtaka radhi kwa machozi na magoti. Ilimpambazukia kuwa yeye alikuwa mtu pekee aliyempenda kwa dhati, mtu pekee aliyezaliwa kwa ajili yake, naam, wake wa heri na shari.

Alimkuta Juma katika hali iliyomfanya atetemeke na kutamani kukimbia. Alikuwa kalala chini akigaagaa kwa namna ya maumivu makali. Kando yake kulikuwa na chupa iliyoandikwa asidi ikiwa imejaa nusu. Wazo la kukimbia lilimtoka Maimuna pale alipohisi miguu ikimlegea. Akamwinamia Juma na kumkumbatia akinong'ona, "Juma... usifanye hivyo Juma..."

Juma akainua macho kumtazama usoni. "Niwie radhi Maimuna kwa kuitumia njia hii," alijikongoja kutamka kwa sauti dhaifu. "Sina njia nyingine ila kujiua. Maisha yangu yote yalikuwa na thamani kwa ajili yako. Hivyo, kukukosa sina haja wala sababu ya kuendelea kuishi. Kwaheri, mpenzi."

"Juma, Juma..." Haikusaidia. Macho ya Juma yalikuwa yakibadilika upesi, mauti yakiichukua nafasi ya uhai. "Juma mpenzi, kufa ukijua kuwa nakupenda. Nisamehe kwa kukosea."

Ndipo Juma alipofumbua macho na kumtazama Maimuna usoni. Akatabasamu kwa dhiki, tabasamu lililoendelea hadi alipokata roho.

Maimuna akainuka na kusimama wima, akiendelea kumtazama. Machozi yaliyokuwa yakimtiririka yakakoma. Akaendelea kuutazama mwili wa aliyekuwa Juma Shaabani kwa macho yanayowaza mengi.

"Hapa amelala mtu pekee aliyenipenda, mtu pekee ninayempenda, mtu ambaye amekuwa mpenzi wangu mwaminifu tangu utotoni hadi siku ya kufa. Amelala, hataamka tena. Kalala milele, kwa ajili yangu. Tazama anavyotabasamu, tangu alipofahamu kuwa nampenda. Uaminifu ulioje kama nami nitaamua kulala naye milele! Upendo ulioje kama tutalala pamoja hadi siku ya kiama! Mapenzi yaliyoje... mahaba yaliyoje..."

Hakusubiri kuwaza kwa mara ya pili. Bali aliirukia chupa ya sumu iliyobaki nusu na kuimeza yote. Wakati ikianza kufanya kazi yake mwilini akajilaza kando ya mwili wa Juma na kumkumbatia kwa nguvu huku akinong'ona "Juma... Nisubiri tusafiri pamoja... nisubiri, mpenzi..."

Sura ya Tatu

ITAKUWA hadithi kusema kuwa Joram aliipata habari hiyo hapo juu kama ilivyoandikwa. Kwa kweli, imekuwa hivyo baada ya Joram kuisikia nusunusu, toka hapa na pale; kisha akaiunga kichwani kiasi cha kuifanya iwe kama ilivyo.

Kisa cha kufanya uchunguzi huo mrefu, ambao ulimsafirisha hadi vijijini Mgambo kwao marehemu, kilikuwa ni kuikamilisha ile kiu yake ya kutoridhika na jambo lolote bila ya kupata hakika ya mwisho. Alikuwa haamini kuwa kupenda kunaweza kumfanya mtu ajitoe uhai. Lakini sasa, baada ya kuona na kusikia, alijikuta akiwajibika kuamini.

Hata hivyo, kuamini hakukuwa mwisho wa njaa yake isiyomruhusu kuacha jambo likielea hewani. Hivyo, mara tu baada ya kurejea kutoka Mgambo alijikuta kafuatana na Neema kwenda Mtaa wa Kawawa, nyumbani kwake Bob, haja ikiwa kumwona na kumsikia Bob; kijana ambaye ameweza kuvunja mapenzi yaliyojengeka kama yale ya Maimuna na Juma; kisha bila huruma wala haya akayaponda mapenzi hayo kama jogoo alivyoidharau punje ya almasi. Ndiyo, kumwona tu, ili pengine aongeze chochote juu ya elimu yake ya kuzisoma sura za binadamu wenzake. Hakufikiri wala kutegemea jambo jingine zaidi ya hilo.

Sauti ya muziki wa jioni njema uliokuwa ukisikika toka katika chumba cha Bob ulimwashiria Joram kuwa wamemkuta. Akamgeukia Neema na kusema, "Tuna bahati, tumemkuta." Kisha aliusogelea mlango na kuugonga.

"Karibu," ilitamkwa ghafla ikifuatwa na kufunguka kwa mlango. Uso mweusi, wenye macho yenye dalili za hofu, ukachungulia na kuwatazama Joram na Neema kwa mashaka. "Karibuni ndani," akaongeza.

Joram akifuatwa na Neema, wakaingia na kujikuta katika ukumbi mpana ulioonekana mdogo kwa jinsi ulivyojaa vitu. "Karibuni kwenye viti."

Wakaketi juu ya kochi kubwa lenye thamani kubwa kama kilivyokuwa kila kitu chumbani hapo. Sakafu ilikuwa imefunikwa na zulia zuri la rangi ya kuvutia. Kona moja ya chumba ilikuwa imemezwa na seti ya vyombo vya muziki vyenye ukubwa wa kabati. Kona ya pili ilitaifishwa na kabati kubwa la kioo ambalo lilihifadhi vyombo maridadi. Kuta pia zilifunikwa kwa mapambo ainaaina ambayo hayakuonyesha kuwa yalitengenezwa hapa nchini.

Naam, kila kitu kilikuwa cha thamani kubwa. Kila kitu kilionyesha kugharimu fedha ya kutosha. Kila kitu, isipokuwa Bob mwenyewe. Joram hakuona kama sura yake iliafiki wala kustahili hadhi hiyo. Haikuwa sura nzuri, wala haikuonyesha kisomo na madaraka. Bob, mfanyakazi wa RTC tawi la Kigoma, akiwa karani wa kawaida tu tangu alipomaliza elimu yake ya sekondari miaka miwili iliyopita vipi aondokee kumiliki vitu vyote hivi ambavyo hata baadhi ya mawaziri hawana uwezo wa kuvipata! Ndipo akaafiki yote aliyoyasikia juu ya kijana huyu, kwamba alikuwa mwovu kazini. Cheo chake kilimruhusu kuuza bidhaa ambazo siku hizi zimeadimika hata zikaanza kuitwa 'muhimu'. Bob aliitumia nafasi hiyo kwa manufaa yake binafsi. Ama alishirikiana na wakubwa wake, au aliwalaghai kwa kuwaonyesha mafaili yanayodhihirisha kuwa bidhaa ziliuzwa kihalali kwa wananchi. Lakini ukweli ni kwamba alizificha bidhaa hizo na kuziuza anakokujua yeye kwa faida kubwa sana. Hivyo, pamoja na juhudi zote za serikali kujitahidi kuwapa raia vitu hivyo 'muhimu', bado viliendelea kuadimika madukani hali vimejaa mikononi mwa walanguzi ambao waliviuza kwa bei ya 'kuruka'.

Akiwa mtu anayechukia sana tabia ya mtu mmoja kuitesa jamii, Joram alijikuta akimtazama Bob ghafla kwa macho makali. Macho yaliyomfanya Bob arudiwe na hofu aliyokuwa nayo wakati alipowafungulia mlango, hofu ambayo ilikuwa imetoweka na nafasi yake kuchukuliwa na majivuno pale alipoyaona macho ya wageni hawa yakiduwaa juu ya vitu vyake kwa namna ya husuda.

"Si... sijui ni... nikusaidie nini ndugu," Bob alijikongoja kuuliza baada ya jitihada kubwa.

Joram akaumba tabasamu kumwondoa hofu. Akaingiza mkono mfukoni kutafuta sigara. Bob akamuwahi kwa kumsogezea pakiti ya *Tropicana* ambazo Joram alizikataa na kujiwashia zake aina ya *Sportsman*.

"Ndiyo bwana Bob, nadhani sikulikosea jina lako."

"Umelipata."

"Vizuri. Nia yetu ni kuongea nawe machache juu ya kifo cha kusikitisha cha marehemu Juma na Maimuna. Nasikia marehemu Maimuna..."

Bob akamkatiza Joram kwa ukali kidogo, akisema, "Samahani kidogo. Ningependa kufahamu wewe u nani na unahusika vipi katika mambo haya. Nina maana kuwa haya ni mambo yanayowahusu polisi na wametoka hapa mbele yako kidogo. Wamethibitisha kuwa marehemu walijiua wenyewe. Sijui wewe unataka nini zaidi?"

"Acha polisi waamini wanavyotaka wao," Joram alimjibu akiukunja tena uso wake. "Mimi nina hakika kuwa ni wewe uliyewaua wale vijana, Bob."

"Mimi! Sijakuelewa..." aliropoka ghafla, sauti yake ikiwa ya nusu majonzi, nusu hofu.

"Wewe!" Joram alisisitiza. "Ni wewe uliyewaua wote. Uovu wako ambao ulikutuma kumlaghai Maimuna hata akalaghaika ndio chanzo cha kisa cha vifo vyao. Kuingilia kati mapenzi yaliyoneemeka kama yale ulikuwa ukatili sawa na kumnywesha sumu mmoja wao hali wamelala usingizi. Ulikuwa uovu ambao, kwa kweli, ungestahili kukufanya wewe ufe wao wabaki duniani. Hata hivyo, usije ukajidanganya kuwa utaendeleza maovu yako hayo. Nitahakikisha unaingia gerezani kwa kosa moja au jingine."

Sauti ya Joram ilikuwa yenye madaraka na uhakika. Kwa mara ya kwanza ikamfanya Bob katika maisha yake ahisi mashaka makubwa kuhusu mustakabali wa maisha yake. Siku zote alijiona mwenye bahati, tangu alipokuwa kiranja shuleni; akapata kazi nzuri yenye nafasi 'nzuri' kiasi cha kusahau hata tarehe ya mshahara. Alikuwa akipanga siku za usoni aache kazi na kuanzisha kiwanda chake cha kuoka mikate. Sauti ya Joram ilimtisha kiasi cha kumfanya aonekane kama aombaye hisani, aonewe huruma. Akamkazia Joram macho yake mabaya, huku kausahau wazi mdomo wake, ambao uliyafichua meno yaliyoungua.

"Hukuona huruma kumnyang'anya Juma mpenzi wake. Hukuona huruma wala aibu kumkana Maimuna mbele ya yule malaya wako mwingine. Vipi utegemee kuonewa huruma?" Joram alisema kama aliyepata ujumbe kutoka katika macho ya Bob.

Mara hofu ikauacha moyo wa Bob. Hasira ikaichukua nafasi yake. Akasimama huku akitetemeka kwa hasira hizo na kufoka kwa sauti ambayo ilinguruma. Akasema, "Toka nje ya nyumba yangu. Unadhani wewe u nani hata uingie hapa na kunitisha? Polisi wenyewe wameona na kuamini kuwa marehemu walijiua wenyewe. Kila mtu aliona kuwa Maimuna alikuwa malaya ambaye alitamani kunipokonya pesa zangu kama alivyowapokonya wanaume wengine. Nilikuwa na haki ya kufanya naye lolote nililotaka na kumwacha mara mkataba ulipokwisha. Kama aliondokea kunipenda, au kujiua alipoona siko tayari kumwoa malaya kama yeye wewe yakuhusu vipi? Nakuomba tena, toka uende zako haraka."

Ilimshangaza Bob alipomwona Joram akitabasamu badala ya kuchukia.

"Labda hufahamu kuwa mimi ni mtu ambaye hata ungekuwa na bastola huwezi kunifukuza kirahisi namna hiyo. Nitaondoka, ndiyo, lakini nitarudi tena nikiwa nimeandamana na polisi ambao watakutia pingu na kukupeleka mahakamani. Ushahidi nitakaoutoa nina hakika utakutia gerezani kwa miaka kumi au zaidi. Ukirudi utakuwa mtu mpya, mtu ajuaye utu." Sauti ya Joram ilikuwa tulivu kama ya mwalimu mzuri akimwelimisha mwanafunzi wake. Na ilizidi utulivu alipoongeza, "Ulitaka kufahamu mimi ni nani, siyo? Mimi ni Joram Kiango. Nadhani umepata kunisikia. Mwenzangu hapa ni Neema, msaidizi wangu."

Kumtajia jina lake kulifanya mengi ambayo Joram hakuyategemea. Kulimfanya mwenyeji wake atoe macho na kupanua mdomo ghafla kama aliyegusa waya wa umeme. Kadhalika, kulifanya pazia, lililotenganisha chumba na sebuleni walipokuwa wameketi, lifunuke polepole na kisha kujifunika, kama lililopeperushwa na upepo. Ingawa Neema hakuona, Joram aliuona kikamilifu uso uliomchungulia kutoka chumbani humo, uso ambao ulizungukwa na ndevu ndefu za kutisha; wenye jicho moja kali. Jicho la pili lilikuwa limetoweka kitambo na kuacha kovu ambalo Joram alihisi kuwa halikusababishwa na kitu kingine zaidi ya risasi.

"Tunakwenda zetu Bob," Joram aliaga kwa utulivu kama ambaye hakuona chochote. "Tutarudi kama nilivyoahidi." Akainuka na kufuatwa na Neema.

* * *

Mara tu walipouacha Mtaa wa Kawawa, Joram alimgeukia Neema na kumshika bega, akisema, "Sikia, Neema; nenda zako nyumbani ili niongeze uchunguzi juu ya mtu huyu anayejiita Bob. Mambo hayawezi kunyooka iwapo tutafuatana."

"Kuna nini cha zaidi Joram?" Neema alisaili. "Naona unataka kujiingiza katika matatizo ya kutafuta. Bob ni mtu mdogo sana kushughulikiwa na Joram Kiango, mtu maarufu kama alivyo."

"Kisha, bado kuna akina Bob wengi mno nchini ambao wanaiumiza jamii kwa faida zao binafsi," Joram alimjibu. "Wengi kiasi kwamba kumnasa huyu mmoja hakutafanya lolote zaidi ya kutoa nafasi kwa mtu mwingine awe Bob. Ni sawa na kumuua chawa mmoja katika kichwa chenye chawa na mayai mengi. Dawa ni kuzikwangua nywele zote." Sauti yake ilikuwa kama iliyomsahau Neema na kuwa kama nabii aliyekuwa akiihubiri anga ya ulimwengu mzima. "Sivyo Neema," akaongeza. "Nia yangu si kumtafuta Bob binafsi. Liko jambo jingine lililonivuta ambalo hukuliona. Nitakueleza mara nitakapokuwa tayari kukueleza. Kwa sasa uwe binti mwema na kwenda zako nyumbani. Babu akiuliza niliko mwambie nimekutana na rafiki yangu wa utotoni ambaye amenipeleka kwao."

Neema alipoondoka Joram aliliendea duka lililokuwa upande wa pili wa barabara na kununua kofia pana ya kaki ambayo aliivaa papo hapo, haja ikiwa kumfanya abadilike kiasi. Kadhalika, alinunua gazeti la *Daily News* la siku mbili zilizopita na kuondoka kuirejea nyumba ya Bob. Alipoikaribia aliipita kidogo hadi mbele ya nyumba iliyoielekea ambayo ilikuwa na kikundi cha watu wakicheza bao. Kama watu wengine, aliketi na kuwatazama wachezaji kwa muda. Kisha, akalifunua gazeti lake na kujitia akisoma. Macho yake yalipita nje ya gazeti hilo yakiitazama nyumba ya Bob.

Alisubiri kwa muda mrefu, kimoyomoyo akijicheka kila alipojiuliza ni kipi anachosubiri. Kama alivyomwambia Neema hakuwa tayari kueleza chochote kwani hakikuwa zaidi ya hisia, hisia ambazo zilimfanya alishuku lile jicho aliloliona likimchungulia kutoka chumbani mwa Bob, jicho la mtu mwenye uso uliofunikwa na ndevu nyingi, uso ambao ulikuwa na jicho hilo moja tu, la pili likiwa limetoweka.

Alidhani kuwa nuru aliyoiona katika jicho lile haikuwa ya kawaida. Iliashiria mengi. Ilimfanya ahisi kuwa mwenye jicho hili alikuwa mtu ambaye kamwe asingeaminika kukaa na mtu yeyote chumbani. Mawazo hayo yaliimarika kila alipokumbuka jinsi mtu huyo alivyolifunua pazia kwa uangalifu na utulivu kama upepo. Kadhalika, lile kovu la risasi ambayo ilimnyang'anya jicho moja, alilipataje? Alikuwa akifanya nini hata akaponea chupuchupu kiasi kile? Bob alihusiana vipi na mtu kama yule? Kwa nini awe amejificha chumbani kimya muda wote? Ni kiu ya kufahamu majibu ya maswali hayo iliyomfanya Joram asubiri nje ya nyumba hiyo kwa uangalifu.

Alisubiri kwa muda mrefu. Baada ya kutazama gazeti hilo kwa muda alilikunja na kujitia anautazama tena mchezo wa bao. Polepole, jua likazama na kiza kuanza kuingia. Wacheza bao waliondoka mmojammoja hadi Joram akajikuta kabaki peke yake. Nyumba aliyokuwa akiitazama bado ilikuwa vilevile, hajatoka yeyote wala kuingia yeyote. Maadamu giza lilikuwa zito kiasi Joram akaamua kuisogelea ili asikilize chochote ambacho kingesikika.

Alipolifikia dirisha la chumba cha Bob alisikiliza hali akijitia kutafuta sigara mfukoni. Alipoipata alijisingizia kutafutatafuta tena hadi alipokipata kibiriti. Kibiriti pia alikitumia kwa hila, akiwasha na kuzima njiti kadha wa kadha hadi alipoamua kuiwasha sigara yake kikamilifu. Wakati wote huo masikio yake yalikuwa wazi yakisikiliza kwa makini maongezi yaliyokuwa yakiendelea humo ndani.

Hakufanikiwa sana. Sauti zote zilikuwa za mnong'ono ingawa mara kadha a sauti moja ilifoka ikisema, "Haiwezekani." "La, sikubali!" ... na kadhalika. Joram aliifahamu vizuri sauti hiyo. Ilikuwa ya Bob. Ya pili alifanya kubuni tu, kwamba ilikuwa ya yule mwenye jicho moja. Kisha, Joram akamsikia mtu huyo akiaga kwa kusema, "Naenda zangu. Lakini iko vile Petit Bob..."

"Nimesema haiwezekani!" Bob alifoka kwa nguvu zaidi.

Mlango ukasikika ukifunguka. Hima, Joram akarudi nyuma hatua mbili tatu. Mtu wake akajitokeza mlangoni na kutazama huko na huko, kisha akaanza safari, kwa miguu; kuifuata barabara kuu. Joram alimwacha kwa dakika moja, kisha akaanza kumfuata.

Alimfuata kwa muda mrefu. Wakaimaliza barabara kuu na kuingia katika vitongoji vya Ujiji. Joram alifanya uangalifu kuhakikisha mtu huyo hamshuku. Mara kwa mara alimwacha na kufuata vichochoro, kisha akamkuta tena. Aliishukuru minazi iliyotapakaa mjini hapo kwa vivuli vyake ambavyo vilizidisha uzito wa kiza.

Wakati wote huo wa safari Joram alikuwa akiwaza au kujiuliza mara kwa mara anafuata kitu gani. Vipi amshuku mtu kuwa mhalifu kwa kuwa tu ana jicho moja? Ama kwa kuwa anadhani na kuamini kuwa jicho hilo lililiwa na risasi? Kila alipojiuliza maswali hayo alijicheka sana kimoyomoyo.

Alifahamu fika kuwa kilichomshawishi amfuate mtu huyo si kitu zaidi ya tamaa yake ya kujiingiza katika mambo ya hatari yanayotisha na kusisimua. 'Leo umevuka kiwango Joram,' alijisemeza kimoyomoyo. 'Kupenda kwako vituko sasa kunakufanya umtie hatia mtu asiye na hatia.'

Sauti hiyo ya nafsi yake ya pili aliipuuza mara moja. Asingekubali asilani kuamini kuwa alilishuku bure jicho la yule mtu. Nuru aliyoiona katika jicho aliamini ilificha mengi ambayo angetamani kuyafahamu. Licha ya hayo alipata fununu nyingine ya kuvutia katika yale maongezi ya mtu huyo na Bob. Ingawa hakusikia chochote cha haja, sauti alizozisikia zilitosha. Alisikia lafudhi ya mtu huyo na kuona kuwa haikuwa ya Mtanzania. Ingawa alizungumza Kiswahili, Kiswahili hicho kilikuwa cha kigeni, Kiswahili cha Kongo au Burundi.

Kugundua kwake hilo kulimwongezea Joram kitu fulani juu ya kiu yake ya kumfuata. Akazidi kumfuata, huku akizidisha hadhari.

Safari ilikuwa ndefu. Wakaumaliza mji wa Ujiji na kuingia katika kijia kidogo kinachoelekea nje ya mji kukiendea kijiji cha Kagera, kijiji kilichojengwa kando ya ziwa Tanganyika, maili mbili kutoka Ujiji mjini.

Walipoingia kijijini humo kiongozi wa Joram alisita kwa muda akitazama huko na huko. Joram aliamini mtu huyo hamwoni kwa jinsi alivyokuwa mbali kiasi cha kumwona mtu huyo kwa taabu. Baada ya tazama hiyo Joram akamsikia akikohoa ghafla. Kisha, akaiendea mojawapo ya nyumba za kijijini humo ambazo zilikuwa kimya, isipokuwa kilio cha mtoto kilichosikika kutoka mbali.

Joram alihisi kuwa kukohoa huko kulikuwa ishara fulani. "Ishara ipi? Na alimwashiria nani?" akajiuliza. Hakupata jibu, jambo ambalo lilimfanya akose raha kiasi fulani. Kwa hadhari, akaamua kujificha katika ukumbi wa nyumba moja, kimya sana, huku masikio yake yakiwa kazini kusikiliza na macho wazi kutazama. Hakusikia wala kuona chochote. Kila kitu kilikuwa kimya kabisa. Hata yule mtoto aliyekuwa akilia kitambo sasa alinyamaza. Joram alipoitazama saa yake ilisema tano kasorobo. Dakika kumi zilikuwa zimepita tangu alipotulia kusikiliza. Maadamu hakusikia chochote katika muda wote huo akaianza tena safari yake, akiifuata nyumba ile ambayo alimwona yule mwenye jicho moja akiiendea.

Ilikuwa nyumba isiyo na tofauti yoyote na nyumba nyingine zote kijijini hapo. Kuta zake zilikuwa za tofali za matope na paa la nyasi. Hata hivyo, tofauti moja ilijitokeza. Haikuwa kimya kama nyingine. Yaelekea wenyewe walikuwa macho bado kwani baada ya kusikiliza kwa makini Joram alisikia sauti kadha wa kadha zikizungumza kwa mnong'ono. Akazidi kusikiliza hata alipoweza kusikia maneno machache kama 'Soweto''... eh kule Kigoma mjini,' '... hapana iwe saa mbili za usiku...' Kisha kikafuata kimya kifupi. Na zilipoanza tena sauti hizo zilizungumza kwa mnong'ono zaidi.

Joram alizidi kusikiliza kwa makini zaidi. Hakufanikiwa kulipata angalau neno moja zaidi. Jambo pekee lililomfariji ni kule kuwa na hakika kuwa moja ya sauti hizo ilikuwa ya yule mtu wake. Jingine lililomfurahisha ni kupata uhakika juu ya mashaka yake kuwa mtu huyu alikuwa katika mipango ya siri au ambayo inatakiwa kwenda kinyume cha sheria. Vinginevyo, kwa nini apende kujifichaficha pamoja na kushiriki katika maongezi ya siri? La, isingekuwa bure. Lilikuwepo jambo.

Tatizo ni kwamba hakujua ni jambo lipi hilo. Kadhalika, alitatizwa kwa kutojua afanye lipi jingine kufahamu hicho kilichokuwa kikipangwa na mwenye jicho moja. Afanye nini? Alijiuliza huku akiendelea kujibanza ukutani, gizani.

Ghafla, wazo likamjia kichwani, wazo la kutisha na kuogofya; kwamba kulikuwa na mtu au kitu kikimnyemelea kimyakimya. Haraka, akageuka nyuma kutazama. Alikuwa amechelewa. Alichoambulia ni kuona kitu kama kivuli cha mkono mrefu kikimjia kwa kasi na kutua kikamilifu sehemu fulani shingoni mwake. Lilikuwa pigo zuri, ambalo Joram alihisi kuwa halikuumiza sana lakini bado lilimwingia barabara kiasi cha kumfanya aanguke polepole.

* * *

Fahamu zilimrudia polepole kinyume na zilivyomtoka. Zikafuatwa na maumivu makali kichwani. Kisha, akasikia kitu kingine ambacho awali hakukisikia, mlio wa kitu kama pigo lililokuwa likirudiwa kumpiga kichwani kila baada ya muda fulani. Pigo kubwa, zito, lenye maumivu ya aina yake, yenye baridi kali. Ukali wa baridi hiyo na kitisho cha mlio wa kipigo vilimfanya Joram ajilazimishe kufunua macho yake.

Alichoona kilimfanya ajicheke na kujidharau.

Alikuwa amelala au kulazwa kando ya ziwa. Sauti nzito aliyokuwa akiisikia ilikuwa ya mawimbi ya maji. Na alichokuwa akihisi pigo hakikuwa chochote zaidi ya mawimbi yaliyokuwa yakimpiga usoni kwa jinsi alivyolazwa kulielekea ziwa. Ndiyo kwanza akagundua kuwa alikuwa ameloa mwili mzima.

Akafanya hima kuinuka na kuondoka hapo. Baada ya hatua mbili tatu akasimama na kutazama alikuwa wapi. Ikamshangaza kuona kuwa alikuwa kando kidogo ya bandari ya Ujiji, maili moja kutoka Kagera; ambako alipata kipigo kile kilichompokonya fahamu; kipigo ambacho alihisi kuwa ni cha walinzi au wafuasi wa yule mtu mwenye chongo.

Akajitazama tena alivyoloa na kuchakaa kwa mchanga mwilini. Hasira zikampanda. Akajikuta akitamani kumtia mkononi mtu yule, amfanye jambo lolote la kutisha na kujiridhisha zaidi juu ya kashfa hii.

Pamoja na hasira alijisikia akimhusudu mtu chongo yule au washiriki wake. Haikosi walikuwa watu maalumu wenye shahada maalumu za kupambana na makomando. Vinginevyo, wasingeweza kumwona wala kumsogelea kimya kiasi kile. Kadhalika, aina yao ya kupiga haikuwa ya kawaida. Walipiga wakijua wapi wapige pamoja na kufahamu matokeo ya kipigo chao.

Ni watu gani hawa? Alijiuliza swali ambalo kutwa nzima liliclea kichwani mwake. Ni watu gani...? Na wanachofanya ni kipi hata wahitaji ulinzi maridadi kama huu...? Nani?... Nini?... Nani...? Alijiuliza bila matumaini ya kupata jibu halisi.

Jibu pekee alilokuwa nalo ni kwamba kama watu hawa walikuwa majambazi, basi hawakuwa majambazi wa kawaida. Alikwisha ichunguza mifuko yake na kuona kuwa kila kitu alichokiweka humo kilikuwemo bado. Saa yake yenye thamani kubwa pia bado ilikuwa salama kwenye mkono wake. Kama kuna kitu walichomwibia, kitu hicho hakikuwa zaidi ya fahamu zake kwa dakika kadhaa. Kama kuna ukatili waliomfanyia, ukatili huo haukuwa zaidi ya kile kipigo maridadi pamoja na kumbeba hadi huku ambako walimbwaga kando ya maji ili iwe kama adhabu au fundisho. Endapo walipenda kumuua wasingeshindwa wala wasingepoteza muda wao. Kumtupa hatua tatu tu majini kungemfanya hivi sasa awe marehemu.

Joram aliendelea kuwaza hili na lile kwa muda. Si mawazo ya kujiuliza hawa ni watu gani tena, bali afanye lipi ili apate majibu ya maswali hayo. Hakuwa mtu wa kustahimili kashfa kubwa kiasi hiki. Alijua kabisa kuwa aliwajibika kufanya kitu. Onyo hili la kutupwa kando ya maji halikuwa jambo la kumwogofya bali kitendo cha kumtia ari ili azidi kuchunguza huku akijua kuwa anaowachunguza hawakuwa watu hohehahe. Pengine hata sasa yuko mmojawao anayemtazama aone lipi litamtukia.

Wazo hilo likamfanya Joram arudi majini kuondoa mchanga, kisha akaianza safari ya kurudi mjini.

Hakuwa tayari kwenda nyumbani kwa babu yake kulala baada ya kuadhiriwa na wanaume wenzake kiasi hiki. Asingepata usingizi wala kujisamehe kwa aibu. Vilevile hakuwa tayari kurejea kule Kagera kumfuata yule mwenye chongo ili amlazimishe kujieleza. Kufanya hivyo ingekuwa sawa na kutafuta kitu asichokijua. Ingawa hakujua hicho akitakacho, alikijua vyema ambacho angekipata, risasi ya kichwa. Watu hao, hodari wa kutumia mikono, wasingekuwa wazembe kuitumia bastola. Wala haikuonekana kuwa wangeendelea kumchezea kama walivyofanya.

Licha ya kujiepusha na risasi, Joram alijua vilevile kuwa isingemsaidia chochote kumwendea adui moja kwa moja hali hajui chochote juu yake, hamjui adui yake wala nguvu zake. Asingerudia tena kosa kama hilo.

Alijua la kufanya, kumwendea Bob. Alikuwa na hakika kuwa Bob alishirikiana na yule mwenye chongo kwa njia moja au nyingine. Hivyo, lazima alifahamu mengi au machache juu ya harakati zake. Wala Bob hakuonekana mgumu endapo angelazimishwa kuzungumza. Joram alidhamiria kumlazimisha.

* * *

Ilikuwa yapata saa saba na nusu Joram alipoifikia nyumba ya Bob. Ikamfurahisha alipoona taa ya umeme ikiendelea kuwaka chumbani mwake. Lakini ilishangaza alipoujaribu mlango na kuona kuwa haukufungwa. Akaingia polepole. Mlango wa chumba ulikuwa wazi pia. Alipoingia chumbani alizidi kushangaa kuona kitanda kikiwa kitupu, bila ya dalili yoyote ya mtu kukilalia.

Hisia za hatari zilimwingia ghafla. Akafanya haraka kuchunguza huko na huko, uvunguni, chini ya meza, nyuma ya jokofu, nyuma ya kabati, na kadhalika. Macho yake yalipotua juu ya kabati alikipata kitu ambacho kilimsisimua, kisu, kisu kikubwa, kikali, chenye damu ambayo ndiyo kwanza ilianza kuganda.

Chini ya kisu hicho kulikuwa na barua. Joram aliisoma bila kuigusa.

... nimeamua kujiua baada ya kuuona uovu niliotenda kwa jamii yangu. Uovu wangu ndio kisa cha kifo cha Juma na Maimuna. Kwa kweli, sidhani kama nafanya makosa kujiua. Sistahili kuishi hata kidogo.

Nimejaribu kujiua kwa kujikata koo kwa kisu, nimeshindwa. Hata hivyo, sikubali kujisamehe. Nimeamua kwenda ziwani ambako nitaogelea, niogelee hadi nichoke, nishindwe kurudi. Kama samaki hawataila maiti yangu mtauokota mzoga wangu, ukielea majini. Nizikeni pamoja na waovu wengine...

Bob!!

Joram aliisoma mara mbili barua hii. Akauchunguza mwandiko ulioandika maandishi hayo kwa utulivu. Akakitupia kisu hicho chenye damu jicho jingine. Akatabasamu.

Baada ya kuhakikisha kuwa kila kitu kilikuwa kama alivyokikuta akatoka zake polepole kama alivyoingia; huku akiendelea kutabasamu.'

Sura ya Nne

KUCHELEWA kulala si jambo ambalo laweza kumfanya Joram Kiango achelewe kuamka. Hata angelala saa ngapi asingeamka zaidi ya saa kumi na mbili za alfajiri.

Ndivyo ilivyotokea hata leo. Ingawa jana alipanda kitandani saa tisa na kupata usingizi saa kumi kasoro, saa kumi na mbili kasoro alikuwa tayari ameamka. Usingizi wa saa mbili haukusaidia sana kupoteza misukosuko na maumivu yaliyompata usiku huo. Hivyo, alihisi uchovu mwilini huku kichwa kikimgonga kama aliyekesha akinywa pombe. Akajiwashia sigara na kuivuta polepole, huku akijitahidi sana kuyafukuza mawazo yaliyozinyemelea fikira zake. Hakupenda kuwaza chochote ili apumzishe kichwa.

Hakufanikiwa. Bila ya kutaka wala kutegemea, alitahamaki akiyapitia mambo yote ya jana usiku na kujiuliza tena na tena maswali yale yale ambayo hakuwa na majibu yake; yule chongo ni nani? Ana uhusiano gani na Bob? Ana mipango ipi hata awe na ulinzi madhubuti kama ule? Ni kweli Bob amedhamiria kujiua?

Swali hilo la mwisho lilimtatiza kuliko yote. Bob kujiua! Baada ya kuuona uovu wake! Hakuona kama inayumkinika. Bob, ambaye kwa muda mrefu amekuwa akiisaliti serikali na kuukatili umma kwa kuwanyima haki zao muhimu kwa manufaa yake binafsi! Joram hakuiona tofauti kati ya mtu kama huyo na majambazi ambao huvizia watu na kuwaua ili wawaibie mali zao. Aliwaona wote kama wauaji, ingawa tofauti imo katika njia zao za kuua kwani majambazi huua kimachomacho ilhali Bob anakuua huku huna habari kama wauawa. Vipi mtu kama huyo auone ghafla uovu wake na papo hapo aamue kutubu dhambi zake na kujihukumu kifo? Hakuona kabisa kama yaelekea. Wazo fulani lilimnong'oneza kuwa hiyo ilikuwa hila ya Bob ili atoweke kwenda kuishi nchi nyingine.

Hata hivyo, hakuwa tayari kuliamini kabisa wazo hilo hadi baada ya uchunguzi juu ya ile damu kwenye kisu pamoja na akiba za Bob kuchunguzwa. Kama itaonekana ni damu ya Bob, na akiba za Bob zionekane hazikuguswa, ndipo angeamini kuwa amejiua. Vinginevyo asingeamini.

Hayo na mengi mengine aliyawaza na kuyawazua hali bado akiwa chali kitandani. Akajishurutisha tena kutengana na mawazo hayo kwa kuamka na kutoka nje, mswaki mdomoni.

"Vipi jana, mwenzangu?" Mzee Kondo, ambaye alikutana na Joram mlangoni, alimuuliza. "Yaelekea ulikuwa na maongezi marefu sana na huyo rafiki yako. Ulirudi saa ngapi?"

Maelezo hayo yalimtatanisha Joram kiasi. Alikuwa tayari amesahau alivyomwagiza Neema kumlaghai mzee huyo ili kumwepusha katika mambo yasiyomhusu. Alipokumbuka alifanikiwa kubuni maelezo marefu ambayo yalimfanya mzee atokwe na mashaka yake.

Naye Neema alipopata fursa alimwita Joram chemba na kumuuliza yaliyotokea tangu walipoachana. Joram hakuona kama alikuwa tayari kueleza chochote. Lakini sauti ya Neema, ikiwa na shauku kubwa ya kumsikiliza, ilimfanya Joram aeleze yote tangu alfa hadi omega.

"Ai! Joram! Yaonekana umejiingiza tena katika mambo makubwa," Neema alilalamika.

"Inaelekea hivyo. Wala sidhani kuwa itakuwa vibaya iwapo kweli ni jambo la kusisimua kama linavyoonekana. Nitafurahi sana kupata fursa nyingine ya kuupima uanaume wangu. Kitambo kirefu mno kimepita tangu nilipolisaidia taifa kwa mara ya mwisho," alisema usoni akiwa amejaa furaha.

"Joram! Jihadhari," Neema alionya. "Kwa maelezo yako mwenyewe inaonyesha watu hao hawana mzaha wala simile. Endapo utawaingilia tena hawatasita kukuangamiza."

"Sitawaruhusu kunipata tena kirahisi kama jana. Na ilikuwa kama ajali tu kwa kuwa sikuwa nimejiandaa. Nilikuwa mtu wa kawaida, si Joram Kiango katika sura halisi ya Joram Kiango. Tangu sasa nitakuwa macho kama simba aliyejeruhiwa"

"Lakini Joram..."

Ubishi wao ulikatizwa na Mzee Kondo ambaye aliwajia harakaharaka, macho yakiwa wazi kwa tahayari. "Unasikia basi?" Alifoka mara alipowafikia. "Unaona mapenzi yanavyoweza kuua, Joram?"

"Vipi?"

"Yule wa mwisho naye kajiua! Bob. Maiti yake imeokotwa ziwani ikielea. Inasemekana ameacha hata barua inayoeleza sababu ya kujiua kwake. Loo!"

Ingawa haikuwa habari ngeni kwa Joram, bado ilimshtua sana. Akajikuta akimtupia Mzee Kondo maswali ambayo hakuwa na uwezo wa kuyajibu. "Amejiua? Una hakika amejiua? Maiti yake imeokotwa wapi?" Na mengi mengine.

Kwa mshangao, Mzee Kondo aliirejelea habari hiyo kama alivyoipata; kwamba boti lililokuwa safarini kutoka sehemu za Tongwe lilipokuwa likiingia bandari ya Ujiji liliona maiti ya mtu akielea juu ya maji, mabaharia hao wakashirikiana kumwokoa mtu huyo na kumleta hadi Maweni hospitali kuu ya mkoa ambako walithibitisha kuwa marehemu alifariki kitambo kirefu kilichopita kwa kuishiwa na pumzi baada ya kuzama majini. Maiti akatambuliwa kuwa ni Bob. Polisi walipokwenda nyumbani kwake waliikuta barua yenye maelezo kamili juu ya kifo chake, pamoja na kisu chenye damu.

Joram alipoona kuwa babu yake hakuwa na msaada wowote aliondoka na kwenda kituo cha polisi ambako aliuliza maswali yake baada ya kujieleza kwa ufupi.

"Joram Kiango, siyo?" askari aliyekuwa zamu aliuliza huku akitabasamu. Mwenzi wake aliyekuwa kando alicheka pia. "Joram ambaye sifa zake tumezipata magazetini, bahati iliyoje leo kuonana nawe ana kwa ana." Akasita kidogo, na alipoanza kuzungumza tena alikuwa tayari amejikumbuka au kuukumbuka wajibu wake. "Samahani kwa kupoteza muda wako, ndugu Joram," akasema. "Tafadhali, rudia tena kuuliza shida yako. Nitafurahi kukusaidia."

"Ni juu ya kifo cha Bob. Ningependa kufahamu uchunguzi wenu umefikia wapi." Joram alipoona swali lake likimtatiza askari huyo akaongeza harakaharaka, "Yaani endapo kweli kafa majini, kama kweli ni yeye aliyeandika barua hiyo inayosemekana na endapo mmepima damu juu ya kisu na kuthibitisha kuwa ni yake."

Askari huyo akamkazia Joram macho ya mshangao. "Kwa nini?" aliuliza. "Huamini kuwa mtu aweza kujiua?"

"Naamini. Lakini si mtu kama Bob."

"Basi umekosea. Bob kajiua mwenyewe. Ushahidi si wa barua tu. Ingawa si kawaida yetu kumpima mtu aliyejiua lakini kwa Bob haikuwa hivyo. Amepimwa na ikathibitika kuwa alifia majini baada ya kuzama na kumeza maji mengi. Damu pia imeonekana ni yake kama lilivyoonekana jeraha dogo la kisu kooni mwake." Alipoona dalili za kutoridhika katika uso wa Joram akaongeza, "Shaka ondoa kabisa. Bob amejiua. Sijui kwa nini, lakini amejiua."

"Ahsante kwa msaada wako," Joram alitamka akiinuka na kuondoka. 'Ni kweli amekosea?' Alijiuliza pindi akienda zake. Kukosea ni jambo la kawaida kwa kila mpelelezi. Si jambo geni kwa mpelelezi kubuni hili na lile hali ukweli uko pembeni. Imetokea, itaendelea kutokea. Lakini juu ya kifo cha Bob bado hakuhisi kukosea lolote.

* * *

Watu kadhaa, wenye tofauti kadha wa kadha kimaumbile, na kimawazo walifurika katika baa ya Soweto kiasi cha kufanya meza mbili tatu tu kuwa tupu. Baadhi walikuwa katika makundi ya wannewanne au zaidi, baadhi wakiwa wawiliwawili na wengine wakiwa mmojammoja. Wako waliokuwa wakizungumza kwa sauti za juu bila kuwajali wengine, wako ambao walitulia kimya kama wanaosali. Kitu pekee kilichowaunganisha kuwa jamii moja ni chupa za bia zilizokuwa mbele ya kila mmojawao.

Mmoja kati ya jamii hii alikuwa Joram Kiango. Alikuwa kajiketisha kwa utulivu katika moja ya kona za baa hiyo, sehemu ambayo ilimwezesha kuitazama jumuia nzima hali yeye haonekani kwa urahisi. Alikuwa kavalia suti yake nyeusi iliyolandana kikamilifu na kila vazi mwilini mwake, isipokuwa tai nyeupe. Kama angeitoa tai hiyo, kisha asimame gizani ungeweza kumfikiria kuwa sehemu ya giza hilo.

Pamoja na Joram alikuwepo Neema Idd, katibu wake. Yeye pia alipendeza kwa mavazi yake mazuri ya kijani, ambayo yalishonwa kwa mtindo usioelezeka kwa urahisi. Kuwepo kwake pamoja na Joram kuliwafanya wanywaji wenzao kumtupia Joram jicho la wivu mara kwa mara. Lakini kila walipokutana na macho maangavu ya Joram, yaliyokaa vyema juu ya uso wake mzuri unaovutia na wa kutamanisha, walijikuta wakimeza ndoto zao na wivu wao huku mioyoni wakijinong'oneza kuwa 'msichana huyo' anajua kuchagua ua limfaalo.

Joram, akiyasoma mawazo yao aliwacheka kimoyomoyo. Ingawa alikuwa akinywa kama wao, mbali na kuwa na binti mzuri zaidi ya wengi wao, bado alifahamu fika kuwa wao walimzidi jambo moja, starehe. Pombe aliyokuwa akiinywa isingeweza kumstarehesha kamwe. Wala kuwa na Neema kusingemfariji. Asingestarehe wala kufarijika hadi hapo atakapopata ufumbuzi juu ya kifo cha Bob, uhusiano wake na yule mtu mwenye chongo na kuifahamu sababu ya kupigwa usiku wa jana alipomfuata mtu huyo kule Kagera. Aliamini kuwa kuna jambo, na alilihitaji jambo hilo ili astarehe. Siyo kwa kuvuruga utulivu wa akili kwa vinywaji vikali kama afanyavyo sasa. Wala nia ya safari yake kutoka Ujiji hadi huku Kigoma mjini, katika baa ya Soweto haikuwa na dhamira za kufuata starehe. Hasha! Ilikuwa moja ya safari zake za upelelezi. Alikuwa hapa kwa kufuata yale maongezi ya siri aliyoyasikia Kagera baina ya yule mwenye chongo na mtu mwingine ambaye hakufanikiwa kumtambua. Walinong'ona kitu kama "Soweto baa... saa mbili za usiku..." na mengi mengine ambayo hakuwahi kuyasikia. Maadamu hakujua wapi aanzie tena kupeleleza baada ya mwindwa wake wa kwanza, mwenye chongo, kumwonya kwa kipigo madhubuti na mwindwa wa pili, Bob, kufa; ndipo akaamua kuwahi hapa Soweto, nusu saa kabla ya muda uliotajwa ili aone kitakachotokea.

Hivyo, ingawa alizungumza na Neema kama kawaida, macho yake yalikuwa kazini yakichunguza kila kitu na kumchunguza kila mtu kwa makini.

Yote aliyoona yalikuwa ya kawaida, wanywaji wakiendelea kunywa; wapiga kelele wakiendelea kupiga kelele; watulivu wakiendelea kutulia; wahudumu wakiendelea kuwahudumia wateja kwa pombe na tabasamu za mara kwa mara; na hata kuwaruhusu baadhi yao kuwashikashika hapa na pale, huku muziki mwororo ukiendelea kuwaburudisha kwa sauti tamu.

Mara macho ya watu wawili watatu yalielekezwa mlangoni. Joram akayafuata macho yao na kuona walichokuwa wakitazama. Mtu wa miraba minne, mwenye madevu mengi, macho yaliyofunikwa na miwani myeusi, na kichwa kilichofichwa na kofia kubwa nyeusi; alikuwa anaingia na kusita mlangoni akitazama akae wapi. Akavutwa na meza moja iliyokuwa tupu katikati ya ukumbi. Akaiendea na kuketi. Mhudumu mmoja alipomwendea na kumwuliza mahitaji yake, macho yote yaliyokuwa yamevutwa naye yakamwacha na kuzirudia meza zao.

Joram Kiango aliendelea kumtazama kwa wizi mtu huyo. Liko jambo ambalo humfurahisha au kumshangaza katika watu kama hawa, ambao hupenda kuyaficha macho yao nyuma ya miwani myeusi hata usiku kama huu. Ajuavyo yeye miwani ya aina hiyo ni kwa ajili ya kujiepusha na jua kali au vumbi. Vinginevyo, mvaaji hufcha haya au kasoro nyingine. 'Huyu anaficha nini?' Alijiuliza. Baada ya kumchunguza kwa makini zaidi alijikuta akitabasamu kimoyomoyo. Alimtambua mtu huyu. Ingawa alikuwa kavaa mavazi ya hali ya juu, kafunika kichwa kwa kofia na macho kwa miwani hiyo, bado alimgundua. Alikuwa yule rafiki yake mwenye chongo.

Alipoitazama saa yake ilisema saa mbili kasorobo. Joram alipoitazama alifarijika kiasi.

Saa mbili kamili macho mengi yalielekea tena mlangoni. Safari hii macho hayo yalichelewa kuzirudia meza zao.

Yalikuwa yakimtazama mgeni mwingine aliyekuwa akiingia polepole kama malaika. Alikuwa mgeni wa kike. Akiwa katika mavazi ambayo kamwe si ya Kitanzania, aliwafanya wanawake wote waliomtangulia katika baa hiyo kutotamanika tena. Vazi lake lilikuwa kitenge chenye dalili zote za thamani kubwa ambacho kilitokea chini ya kijishati kidogo kilichoruhusu sehemu kubwa ya tumbo, kifua na mabega yake kuonekana. Sehemu hizo zilizoachwa wazi zilitangaza wekundu na ulaini wa ngozi aliyojaliwa binti huyo, ngozi ambayo iliiafiki sura yake yenye kila kitu cha kutamanika; nywele nyingi zilizotimuliwa; pua nene iliyonyooka; macho yanayoshawishi; na kinywa ambacho utadhani kinatabasamu wakati wote.

Mwanamke huyu pia alisita mlangoni kabla hajaiendea meza iliyokuwa na mtu mmoja mwenye umri wa kati na dalili ya madaraka.

Kama watu wengine Joram hakuyaondoa upesi macho yake kutoka juu ya sura ya mwanamke huyu. Alikuwa kama ua ambalo kila kipepeo hutamani kuligusa. Kwanza alidhani kuwa mama huyo alifahamiana na mtu yule waliyekaa naye. Lakini aliyaondoa mawazo hayo alipoona wakikaa kimya bila kusemezana.

Macho ya mwanamke huyo yalikuwa yakiitazama meza nyingine. Joram akayafuata na kuona yakiishia kwa yule rafiki yake mwenye chongo. Akajikuta akihisi jambo ambalo hakujua ni lipi.

"... hajivungi hata siku moja," alinong'ona mtu mmoja kati ya watatu walioketi kwenye meza jirani na Joram. "Si mtu yule kwa mabibi. Sijui hata cheo hicho alikipataje. Balozi mdogo mzima ku... ku..."

"Alaa! Hivi ndiye balozi mdogo wa Ngoko yule? Nasikia sifa zake tu, kwa mabibi na matumizi."

"Basi leo utajionea mwenyewe..."

Waliyasahau maongezi hayo na kurukia mengine. Joram pia akaachana nao na kuyarejesha macho na mawazo yake kwa yule mwanamke na huyo aliyeitwa balozi mdogo. Akaona kuwa walikuwa wameanza maongezi. Mara mhudumu akarejea akiwa na sinia lililofurika chupa za bia na kuku aliyeokwa. Balozi mdogo akaonekana akimkaribisha binti huyo. Wakaanza kunywa. Ikamdhihirikia Joram kuwa mwanamke huyo hakuwa mnywaji. Alishika chupa kwa wogawoga na kumeza pombe kwa dhiki kama anayeonja sumu. Chupa moja tu ilipokatika, Joram akamwona akianza kuitazamatazama saa yake. Akamtegemea kuondoka wakati wowote. Badala ya kuondoka yeye, aliyeinuka na kutoka ni yule mtu aliyeficha macho nyuma ya miwani. Alipita kando ya meza ya mwanamke huyo na kumtupia jicho jingine ambalo Joram alilishuku. Sasa ilikuwa dhahiri rohoni mwake kuwa kulikuwa na uhusiano aina fulani au mjuano baina ya watu hao.

Dakika tano baadaye mwanamke huyo aliinuka na kuanza kutoka. Balozi mdogo pia akainuka na kufuatana naye nje. Macho yenye wivu yakawafuata hadi walipotokomea mlangoni.

Joram alingoja dakika mbili kisha akamgusa Neema na kumwambia, "Haya twende zetu."

Neema, akiwa msichana mwerevu hakushangaa kuondolewa ghafla hivyo. Akaushika mkono wa Joram na kufuatana naye nje.

Walipotoka nje tu waliona gari aina ya 504 likitoweka mbele yao. Joram akakimbilia teksi iliyokuwa karibu na kuingia. Neema alipokwishaketi kando yake Joram akamwamuru dereva, "Lifuate gari lile lililoondoka sasa hivi. Jitahidi wasifahamu kuwa wanafuatwa."

"Huo ni mchezo mdogo sana kwangu," dereva alijibu akilitia gari moto. "Lakini tayarisha shilingi mia mbili, kwani mchezo wa kufuata watu ni hatari kama kubeba magendo."

"Ukifanya vizuri nitakupa zaidi."

Gari likaondoka na kuteleza juu ya lami kwa mwendo wa kasi. Lilipokaribia stesheni ya reli dereva akamwonyesha taa za gari lililokuwa likipinda kona kuelekea sokoni, "Ni wale pale. Niwakaribie zaidi?"

"Hapana, punguza kidogo ilimradi wasitupotee."

"Siyo rahisi."

"Ni rahisi sana." Iliyojibu ilikuwa sauti ngeni iliyotokea nyuma yao. Wote wakageuka kiti cha nyuma kutazama. Msemaji alikuwa akicheka ingawa macho yake yalifunikwa na miwani myeusi. Alikuwa yuleyule adui au rafiki yake Joram. Bastola kubwa ilikuwa imetulia katika mikono yake ikikitazama kisogo cha Neema.

"Ndiyo, Joram. Nimefurahi kukupata kirahisi namna hii. Natumaini hutakuwa juha uanzishe fujo ya aina yoyote ambayo yaweza kuhatarisha kichwa cha huyu msichana mzuri. Wewe najua hujali sana kufa, lakini utajisikiaje iwapo utashuhudia binti mzuri kama huyu akifa?" alisema polepole kwa utulivu, bila hofu yoyote.

Kwa Joram ilikuwa kashfa nyingine kubwa isiyostahimilika. Akajikuta akizidi kumchukia mtu huyo. Kama bastola ingekuwa imemwelekea yeye asingekosa kujua la kufanya. Lakini, ilielekezwa kwa Neema asiye na hatia. Kwa mara ya kwanza Joram alijikuta akiingiwa na hofu.

"Wewe!" akafoka. "Huna haki ya kumtisha kwa risasi binti huyo. Lielekeze hapa kwangu, tafadhali."

Mtu huyo akacheka tena, "Nafurahi umenielewa. Sitasita kuifyatua endapo utaleta ubishi wa aina yoyote. Dereva, hongera kwa kazi yako nzuri. Umefanya kama nilivyotaka kabisa. Sasa simamisha gari tuwashughulikie watu hawa."

"Lakini usisahau kuwa iko siku nitakuadhibu kwa unyama huu. Ikiwezekana utakula kitanzi kwa kumuua Bob." Joram akasita alipomsikia mtu huyo akiangua kicheko badala ya kugutuka kama alivyomtegemea.

"Yaani huamini kuwa alijiua?" baadaye alihoji.

"Najua ulimuua kwa hila."

"Alaa! Amini upendavyo."

Gari likasimama chini ya kivuli cha mwembe, katikati ya mji wa Kigoma na Mwanga. Dereva akavuta matambara toka chini ya kiti chake na kuyafunga macho ya Joram. Kisha, aliifunga mikono yake kwa nyuma.

Hasira zilizidi kujikusanya kichwani mwa Joram aliposikia Neema akiguna pindi wakianza kumfunga yeye pia.

"Usijali Neema, mpenzi," alimwambia. "Utafika wakati ambao nitawatia wote mikononi mwa polisi. Acha waupoteze bure muda wao."

Vicheko vya mwenye chongo na dereva vikasikika. Kisha, gari likaanza tena safari, Joram na Neema wakiwa hawajui waendako.

* * *

Ilikuwa safari fupi yenye mzunguko. Baada ya muda gari lilisimama. Joram akawasikia dereva na mwenzake wakifungua milango na kutoka garini.

Kisha, zikasikika sauti mbili nyingine, sauti ambazo zilitokea ghafla. "Meja Tambwe?"

"Ndiye"

Iliyojibu ilikuwa sauti ya mwenye chongo. Joram akahisi kuwa hilo lilikuwa ndilo jina lake.

"Hongera, komredi. Mzigo tumeuona," iliendelea sauti hiyo ngeni.

"Umefika salama?" Sauti ya Tambwe ilihoji.

"Salama kabisa. Tulijua utafanikiwa... Vipi mbona naona mizigo mingine huku nyuma? Vipi Komredi?"

"Hiyo ni mizigo mingine ambayo tuliihitaji sana. Tumeikuta palepale baa. Wakati tukiondoka ikatufuata yenyewe na kukodi gari letu. Nia yao ilikuwa kumfuata huyu anayejiita balozi. Hivyo, tumewapata kirahisi sana. Ni kama wasemavyo Waingereza, 'kuua ndege wawili kwa jiwe moja'." Sauti ya Tambwe ilikuwa yenye majivuno kiasi.

Joram alihisi kitu kilekile katika maongezi yao wote, lafudhi haikuwa ya Kitanzania. Ingawa walizungumza Kiswahili fasaha, lakini bado dalili kadhaa zilijitokeza katika sauti zao kukanusha Utanzania wao. 'Ni watu gani hawa? Na wanafanya nini?' Alijiuliza kwa uchungu.

"Yaani unataka kusema kuwa huyu ndiye yule Joram Kiango ambaye siku ile tulimruhusu kwenda zake bila ya kufikiria? Ndiye? Basi nimekuvulia kofia meja..." ile sauti ngeni ilisema.

Joram akaikatiza kwa kufoka akisema, "Mnajipongeza kijinga kabisa. Nadhani hamumfahamu vyema Joram. Mmefanya kosa kubwa kunishirikisha katika njama zenu. Wakati wowote nikiamua nitajifungua kamba hizi na kuwatieni kizimbani. Nawe unayejiita Tambwe, sijui meja wa nani, utajuta kuzaliwa kwa kunisumbua kiasi hiki. Pia, nakukumbusha kuwa utajibu shtaka la kumuua Bob.

"Kwa sasa ningekushauri umfungue huyu binti wa watu na kumrejesha mjini upesi. Mimi naweza kuendelea nanyi hadi hapo utakapoona kamba zikinitoka mikononi na kukufunga mwenyewe."

Sauti yake ikafuatwa na kimya kifupi. Pengine wasikilizaji wake walikuwa wameduwaa kwa jinsi alivyozungumza kwa sauti ya amri bila ya hofu yoyote. Joram hakujua kwani alikuwa hawaoni. Baada ya kimya hicho kifupi mtu mmoja aliguna. Mwingine akacheka. Kisha Tambwe akasikia akisema, "Mmemwona alivyo mtu mwenye hila? Asiwazubaishe kwa maneno yake. Kamba alizofungwa hazitoshi, ongezeni tena miguuni na mikononi. Halafu mpekueni na kutoa kila alichonacho. Kisha, wachukueni na kuwafungia chumbani. Mnaweza kuwafungia chumba kimoja, ni wapenzi hao. Wala msisahau ulinzi kama kawaida. Suala lao tutalijua kesho." Baada ya maelezo hayo vishindo vya Tambwe vikasikika akienda zake.

Mikono mikavu iliyokakamaa ikamvuta Joram kutoka garini na kumlaza sakafuni, kifudifudi. Kamba ngumu zikafungwa kwa nguvu mikononi na miguuni. Alitamani afoke lakini akaacha kwa hofu ya kushusha hadhi yake endapo angezungumza mambo yasiyostahili kwa hasira alizokuwa nazo, hasira ambazo sasa zilitokana na kule kuifikiria mikono hiyo rafu na michafu ikiugusa mwili laini wa Neema. Akaujutia uamuzi wake wa kufuatana naye Soweto.

Sasa alikuwa juujuu, kabebwa kijeuri kabisa; nusura atapike kwani aliyembeba miguuni alikuwa mrefu zaidi ya aliyembeba kichwani. Vilevile mwendo wao ulikuwa wa haraka kama waliobeba mzoga wa nguruwe badala ya mwanadamu aliye hai. Safari hiyo ikaishia ndani, juu ya kitanda kisicho na godoro.' Mikono ikapenya tena kila sehemu ya mwili wake na kuifikia bastola yake kwa bahati ikachukuliwa. Ilipotambaa tena haikufaulu kuchukua vifaa vyake vingine ambavyo vilihifadhiwa katika mifuko yake ya siri. Akafarijika.

Baada ya muda 'mzoga au 'mzigo' mwingine ukawekwa kando yake, juu ya kitanda hicho. Ulikuwa ukipumua. "Neema?" Joram akauliza kuhakikisha.

"Ni mimi, Joram," sauti ilikuwa ya Neema. Haikuwa na machozi wala majonzi kama ambavyo Joram alitegemea.

"Neema," Joram akaongeza. "Samahani kwa kukuingiza katika mikasa kama hii. Usijali, nitakutoa hai kabisa na kulipa kisasi."

"Joram, hujui nilivyofurahi kuwa nawe hapa. Ninaamini tutatoka pamoja tukiwa hai..."

"Sikieni nyie," sauti moja kati ya zile zilizozungumza na Tambwe ikanguruma. "Mnatakiwa kuwa kimya kama mliolala. Vinginevyo, nitalazimika kuwalazimisha kulala. Nisingependa kuwalazimisha, lakini endapo nitasikia tena mkinong'ona msishangae kujikuta mmelala bila mapenzi yenu. Sitakuwa mbali."

Baada ya hotuba hiyo mlango ukafunguka na kufungika. Joram alipohakikisha kuwa wamebaki peke yao alimsogelea Neema na kumnong'oneza, "Usijali. Sasa hivi tutatoka zetu."

Kimyakimya akajipinda akiipandisha miguu yake hadi ilipokutana na mikono yake. Akavinyoosha vidole vyake na kugusa soli ya kiatu chake. Akafurahi alipoona kuwa wembe wake wa siri ulikuwa salama katika soli hiyo. Polepole, kwa hadhari na utulivu; akaanza kusugua kamba za mikononi kwenye wembe huo. Baada ya muda mfupi zikakatika. Mikono yake sasa ikiwa huru akaileta usoni na kufungua kitambaa kilichomfunga macho. Macho yalimuuma sana kwa mwanga mkali aliokutana nao. Akayafumba tena na kuyafumbua baadaye polepole. Alishangaa alipoona mwanga uliomwumiza haukuwa wa chochote zaidi ya kibatari hafifu kilichowekwa juu ya debe katika kona moja ya chumba.

Alipomtazama Neema akajikuta akirudiwa na hasira kwa jinsi alivyouweka mdomo wake. Ulikuwa umefunuka upande kwa dalili ya maumivu makali, kinyume kabisa cha sauti yake ilivyokuwa. Hima, lakini kwa uangalifu, akajigeuza chali na kuketi kitandani. Akazishughulikia kamba za miguuni. Kitanda kilipiga kelele kidogo pindi akigeuka. Kelele hizo zikafanya vishindo visikike vikiujia mlango. Haraka na kimya kama kivuli Joram akaruka toka kitandani na kusimama nyuma ya mlango.

Mlango ulifunguka polepole na kuruhusu pande la mtu kuingia, bastola mkononi. Macho ya mtu huyo yakiwa yameelekezwa kitandani, Joram hakuipoteza nafasi hiyo. Alimruhusu kuingia hatua mbili. Mtu huyo alipoanza kushangaa kwa kuona mtu mmoja tu kitandani Joram alimsogelea kwa kumkata judo nyuma ya shingo. Lilikuwa pigo zuri kwani lilimfanya mtu huyo aanguke kama mgomba uliokatwa. Joram akamdaka na kumlaza sakafuni kistaarabu. Halafu, akatoka nje kusikiliza. Alipoona kimya akarudi ndani ambako alitwaa zile kamba zilizokuwa zimemfunga na kulifunga jitu hilo mikono na miguu kikamilifu. Kitambaa kilichomfunga macho akakitumia kuyafunga macho ya jitu hilo vilevile. Kisha, akaokota tambara na kulisukumiza katika kinywa cha mtu huyo ili asiweze kusema endapo angeamka.

Muda wote huo Neema alikuwa akisikia ilhali haoni chochote kilichokuwa kikitukia. Mara mbili tatu alinong'ona akiita, "Joram... Joram..." Lakini hakupata jibu. Hivyo, akatulia akisubiri yatakayotokea yatokee. Hakushangaa sana alipohisi mikono ikipita juu ya uso wake na kumtoa kitambaa.

Lakini alishangaa alipoweza kuona vyema na kukutana na uso wa Joram Kiango, akiwa wima na mzima, akimtazama kwa tabasamu.

"Joram!" alifoka kwa furaha.

"Sh!" Joram alimkemea. "Usipige kelele." Akaendelea kumfungua kamba zote. Kisha, akamsaidia kuinuka. Aliposimama Joram akamvuta na kumpiga busu la shavu. Neema akamkumbatia Joram akitamani waendelee kukumbatiana. Lakini Joram aliiondoa mikono yake polepole huku akimnong'oneza, "Bado tuko katika eneo la hatari. Twende zetu..."

Akamwongoza kutoka nje.

Nje kulikuwa na giza nene. Wakasimama kwa muda, Joram akijaribu kufahamu walikuwa wapi. Hakukawia kugundua. Kama alivyohisi awali hawakuwa popote zaidi ya kijijini Kagera. Mwanga na karabai za wavuvi wa dagaa zilionekana kwa mbali ziwani.

Baada ya uhakika huo wakaanza safari ya kimya na hadhari kurudi mjini, macho ya Joram yakitazama huko na huko kwa uangalifu huku akifuata vijia vya uchochoro kuepuka mitaa ambayo wangeweza kukutana na watu. Wakafaulu kukiacha kijiji salama.

Walipoukaribia mji wa Ujiji, Joram alimgeukia Neema na kumwambia, "Nadhani kutoka hapa unaweza kufika nyumbani salama. Au sio Neema?"

"Vipi? Yaani?..." Neema aliduwaa.

"Bado ni mapema. Saa nne kasoro tu. Unaweza kufika mjini na kukodi teksi ambayo itakufikisha nyumbani..."

"Wewe, je? Unataka kufanya nini?"

"Kurudi," Joram alimjibu. "Lazima nirudi Kagera. Nia yangu ya kuja hadi hapa ilikuwa kukutoa mikononi mwao tu. Lakini siwezi kutoroka niwaache watu hatari kama wale wakiwa na mtu muhimu kama yule balozi mikononi mwao."

"Balozi yupi?" Neema aliuliza kwa mshangao.

"Yule waliyemchukua pale baa. Bila shaka wamemteka nyara. Hivi sasa anaweza kuwa maiti tayari. Unajua, jambo kama hili laweza kuleta mashaka na hatari katika serikali zetu. Siwezi kuruhusu upuuzi kama huo.

"Licha ya hayo watu hawa wanajua mengi au machache juu ya kifo cha Bob. Vilevile wamekutesa sana. Itakuwa aibu sana kwangu kuwaruhusu kufanya mengine zaidi katika nchi yetu. Nadhani umenielewa, Neema."

"Joram... unajua ni hatari..."

"Tusipoteze muda, Neema. Kesho alfajiri nitakuwa nyumbani. Nisipofika, ukipenda nenda kaiarifu polisi."

Wakatengana baada ya ubishi mrefu.

Joram alimtazama Neema hadi alipotokomea, kisha akaanza mwendo wa haraka kurudi Kagera. Mkono wake mmoja ulikuwa mfukoni ukiipapasa bastola yake ambayo aliipata kwa lile jitu la miraba minne alilolilaza kwa judo pindi alipokuwa amejiokoa.

Alipoingia tena kijijini alizidisha hadhari na utulivu katika mwendo wake. Kila hatua aliipiga kimya kama chui anayenyemelea windo, akitoka kivuli hadi kivuli. Mavazi yake meusi pia yalikuwa msaada mkubwa ambao ulimwezesha kuwa kama sehemu za giza.

Alipoifikia nyumba ambayo dakika chache zilizopita ilikuwa gereza lake, alitulia kwa muda akisikiliza. Alipoona kimya akaiendea na kuchungulia ndani. Mateka wake bado alikuwa kimya kama alivyomwacha. Joram hakujishughulisha kujua kama jitu hilo bado lilikuwa limezirai au la. Badala yake alifunga mlango polepole na kurejea gizani. Alipenya katika giza hilo kimyakimya toka nyumba hadi nyumba. Kila nyumba aliyoishuku alichungulia ndani kupitia katika tundu lolote lililoruhusu. Mara kadhaa alilazimika kutumia mbinu zake kufungua milango au madirisha.

Ziko nyumba alizozikuta tupu, wenyewe hawajulikani walikolala. Nyingine aliwaona wenyewe wakiwa chali au wamekumbatiana kitandani. Katika chumba kimoja alilazimika kushindana na shetani wake alipomkuta msichana peke yake, kasahau shuka na kulala uchi wa mnyama juu ya kitanda chake. Matiti yake mekundu yalisimama wima kama yanayomdhihaki Joram, hali ngozi laini ikimwalika.

Yote hayo Joram aliyaona kwa msaada wa tochi yake yenye ukubwa wa kalamu, tochi ambayo ilitoa nuru hafifu kiasi cha kumfanya mtu mmoja aliyekuwa macho kitandani aduwae kwa muda akidhani anaota. Joram alipoona hivyo aliizima na kurejea kimya kama alivyoingia.

Baada ya uchunguzi mrefu hatimaye Joram aliipata nyumba aliyoihitaji. Ilikuwa kubwa kuliko nyingine zote. Hakuwa na haja ya kutumia tochi yake kwani ndani taa ilikuwa ikiwaka kwa nuru ya kuridhisha kabisa. Alisumbuka sana kabla hajafanikiwa kupata tundu dogo lililomwezesha kuona ndani. Alichoona kilimfanya agutuke sana. Chumba kizima kilikuwa kimejaa silaha, bunduki za aina kadhaa. Zilikuwa nyingi kiasi cha kutosheleza kikosi chochote cha jeshi.

Kando ya silaha hizo mtu mmoja mwenye ndevu nyingi kama za Tambwe alikuwa kaketi juu ya stuli, bila dalili yoyote ya usingizi. Moja ya bunduki hizo ilikaa vyema mikononi mwake. Jinsi macho yake yalivyokuwa Joram alijua kuwa mtu huyo asingesita kuitumia bunduki hiyo endapo chochote kisichotegemewa kingetukia.

Joram aliporidhika na utafiti wake alikisogelea chumba cha pili ambacho pia, kilikuwa na mengi yaliyomvutia.

Aliuona 'mzigo' ukiwa chali juu ya kitanda; balozi mdogo aliyetekwa nyara. Hakuwa amefungwa kamba zozote. Lakini alitulia kimya juu ya kitanda hicho, bila dalili zozote za kupumua. Pengine alikuwa hai, pengine maiti; Joram hakuweza kupambanua. Angependa aingie amguse na kuhakikisha kama alikuwa hai kabla hajaamua afanye nini. Lakini hakuthubutu kufanya hivyo. Hakuthubutu, kwani kando ya kitanda hicho lilisimama jitu jingine refu, nene, lenye ndevu nyingi likivuta sigara. Kama mwenzake jitu hili pia mikononi mwake lilipakata bunduki ambayo Joram alijua kuwa isingekataa kuwaka ikimwelekea endapo angefanya kosa lolote.

'Ni watu gani hawa? Wanakusudia kufanya nini?' Alijiuliza kwa mshangao, ambao ulizidi ghafla alipoguswa na kitu chenye baridi chini ya sikio; kitu ambacho hakikuwa chochote zaidi ya mtutu wa bastola.

"Natumaini umetoshcka na uchunguzi wako, ndugu Joram." Sauti nzito isiyo na dalili zozote za dhihaka, ilinong'ona toka nyuma ya mtutu huo. "Sasa fuata kila amri yangu kimya kama ulivyokuwa pindi ukipeleleza. Ubishi au hila ya aina yoyote itakuwa mauti yako..."

Sura ya Tano

●━C━●─ ● ─●━●━●

IDRISA Chuma, Mkuu wa Kikosi cha Polisi mkoani Kigoma aliamshwa kutoka usingizini kwa kengele ya simu iliyoanza kulia ghafla hatua chache kutoka kitandani kwake. Kwa macho makali na yenye hasira aliitazama kwa muda; kisha akamtazama mama watoto wake ambaye alilala kwa utulivu kando yake.

"*What is it now?*" Alinong'ona akinyoosha mkono kukitwaa chombo cha kusikilizia. Hata kabla ya kusikia chochote alifahamu fika kuwa habari ambayo angeipokea kamwe isingekuwa njema. Simu zote ambazo humfuata nyumbani usiku wa manane kama huu zililetah habari za kutisha, habari ambazo humfanya akose usingizi, kwa siku kadhaa, akishughulikia mambo kadha wa kadha ya kutisha.

"Chuma hapa. Nani mwenzangu?" Alinguruma katika simu akijitahidi kuficha dalili za usingizi katika sauti yake.

"Hapa kituoni, mzee. Kuna jambo kubwa limetokea."

"Jambo gani?"

"Balozi mdogo wa serikali ya Ngoko hapa Kigoma ametoweka."

"Ametoweka vipi?"

"Hajaonekana kwake wala hajulikani aliko..."

"Nani anayeripoti?"

"Sajini Omari." Kisha, "Afande," akaongeza.

Chuma akaitupia jicho saa yake ya ukutani. Mshale wa dakika ulionyesha dakika nane kasoro saa tisa za usiku. Akaguna kabla hajasema, "Haya nisubiri, naja."

Dakika chache baadaye alikuwa tayari amevaa magwanda yake, kamwamsha mkewe kumuaga, na kuanza safari ya kwenda kituoni. Nyumba yake ikiwa hatua chache kutoka kituoni hakuona haja ya kutumia gari ambalo lilikuwa likimsubiri mlangoni. Alikwenda kwa miguu.

Alipofika kituoni alikwenda moja kwa moja hadi katika ofisi yake ambako alimkuta Omari akimsubiri.

"Nadhani ametekwa nyara, mzee," Sajini Omari alianza maelezo mara alipomwona Chuma kaketi. "Mke wake amepiga simu saa moja iliyopita kueleza kuwa mumewe ametekwa nyara, kwamba amepigiwa simu na mtu asiyejulikana kumjulisha kuwa mume wake yuko mikononi mwao, kuwa endapo angeiarifu polisi kesho tu angepokea kifurushi toka posta kikiwa na kichwa cha mume wake." Omari alisita kama anayesubiri swali kutoka kwa ofisa wake. Alipoona kimya aliendelea, "Yaelekea mwanamke huyu ana kiasi fulani cha ujasiri moyoni mwake kwani mara tu baada ya simu hiyo kukatwa alitupigia bila kujali kitisho cha majambazi hao. Nadhani anazifahamu hila na ulaghai wa majambazi, kutujulisha au kutotujulisha kwake kamwe hakuhusiani na uhai au kifo cha mume wake. Bila shaka walikusudia..."

"Kumtisha hivyo ili wapate muda mrefu zaidi wa kumficha kikamilifu mateka wao," Chuma alidakia kwa kumalizia aya hiyo. "Kwa kweli mama huyu anastahili pongezi," aliongeza. "Lakini una hakika gani kuwa kweli katekwa nyara? Yawezekana ni chizi mmoja au mlevi tu ambaye ameamua kumtetemesha huyo mama. Wakati huo huo yawezekana kuwa bwana Taloo, balozi mdogo, yuko salama u salimini katika nyumba ya wageni au nyumbani kwa hawara wake mmoja akistarehe. Natumaini unamjua alivyo mwingi wa wanawake. Sijui nani aliyepata wazo hili la kumpa wadhifa mkubwa kama huu! Hadhi yake haiafiki hata chembe."

Sajini Omari alikohoa kabla hajamjibu. "Ni kweli mzee. Taloo anapenda starehe mno. Hata hivyo, kabla sijaamua kukujulisha nimepeleleza yote hayo. Nimewatuma makachero nyumbani kwa hawara zake maalumu wote, hawakumwona. Hawara mmoja ametuongezea hofu tu. Amesema kuwa walikuwa wameahidiana kwenda zao Soweto baa na Taloo, lakini pindi akijiandaa kwa kujikwatuakwatua alipata simu kutoka kwa mtu ambaye alidai ni rafiki yake Taloo akimweleza kuwa bwana Taloo amemwomba kumjulisha binti huyo kuwa asingeweza kutoka jioni hiyo kwa jinsi alivyowajibika kuhudhuria kikao cha ghafla baina yake na viongozi wa serikali.

Kutoka hapo niliwatuma makachero hao Soweto ambako walizungumza na watumishi wa baa. Taarifa waliyoipata ni kwamba Taloo alifika baa hapo peke yake, kinyume cha kawaida yake na aliondoka mapema sana kulingana na kawaida yake. Kwamba aliondoka na mwanamke mmoja ambaye alionekana mgeni machoni mwa watu wote waliokuwepo hapo baa." Omari akasita tena. "Unaona basi afande?" aliongeza. "Yawezekana kuwa mwanamke huyo yu miongoni mwa majambazi waliomteka."

'Yawezekana kabisa!' Chuma aliwaza. "Yawezekana pia simu moja ikapigwa na juha. Lakini si mbili, moja kwa mke halali moja kwa hawara, zote zipigwe kwa dhihaka au kitisho tu... Lazima liko jambo hapa."

"Vizuri, Omari. Umefanya yote uwezayo kufanya. Kwa sasa nadhani hatuna jingine zaidi ya kuwaarifu walinzi wote wa doria kuwa macho. Wasiruhusu mtu yeyote wanayemshuku kuhusiana na jambo hili kutoka nje ya wilaya hii. Mengine yatafuata kesho." Aliinuka na kuanza kutoka.

Mlangoni alisimama na kumgeukia Omari "Sikia Omari. Hakikisha habari hii haiyafikii masikio ya waandishi wa habari. Sawa?"

"Sawa, afande."

* * *

Pindi maofisa hao wakihangaika kwa kuwaza hili na lile, Meja Tambwe, kiongozi wa wateka nyara hao, pia alikuwa taabani kuwaza vipi amtoe mateka wake nje ya nchi. Sasa ilikuwa wazi kuwa mipango yake yote, ambayo ilikuwa ikienda kama ilivyopangwa iligeuza mkondo na kumwendea kombo kabisa.

Alijihisi furaha na pongezi wakati alipofaulu kumnasa balozi kwa hila zile zile alizoandaa. Naam, kumnasa balozi pamoja na Joram Kiango ambaye walikusudia kumtumia katika harakati zao! Alifahamu fika kuwa sasa Joram alikuwa adui yake akimwinda kwa kumshuku kwa kifo cha Bob, kifo ambacho nusura kimharibie mipango yake, hasa baada ya maiti yake kujitokeza hadharani na kuokotwa. Lakini hayo hakuyajali sana. Maadamu Taloo yuko mikononi mwake, Joram na msichana wake wako mikononi mwake, kipi kingine cha kuhofia? Polisi? Hao hawakumsumbua hata chembe. Alijua namna ya kushughulika nao.

Hivyo, baada ya kuhakikisha kuwa mateka wote wamefungwa vyema na wanalindwa ipasavyo, alikwenda zake chumbani kwake kulala, akiwa na moyo mwepesi.

Kulala kwa mtu kama Tambwe hakukuwa kupitiwa na usingizi kisha asafiri kutoka duniani na kuingia dunia isiyojulikana akiona mambo ya ajabuajabu ambayo walimwengu huyaita ndoto. La! Kwa Tambwe kulala kulikuwa ni kujipumzisha tu. Macho au jicho hulifumba, lakini masikio huyaacha wazi yakipima kila kishindo na kutafakari kila mchakacho. Huu ulikuwa mwaka wake wa nane akiishi katika hali hiyo, hali ambayo mara nyingi imemwezesha kuepuka kifo kwa hatua, pindi majeshi ya serikali yalipowavamia na kuwazingira. Hali hiyo hiyo pia ilimsaidia mara nyingi kuyashambulia na kuyateketeza majeshi ya serikali dhidi ya kikundi chao kwani aliweza kuwasikia kutoka mbali na, hivyo, kukitayarisha kikundi chake sehemu ambayo mazingira hayakuruhusu hata roho moja kuepuka kifo. Na kilichofuata kweli kilitisha. Damu ilimwagika kama maji, uhai ukiteketea mfano wa nyasi zinazofyekwa.

Kwanza, wingi wa damu hiyo ulimtisha hata akatetemeka huku akihisi kichefuchefu. Polepole akaizoea kiasi cha kutopambanua kati ya tofauti ya damu na maji wala thamani ya kifo na uhai. Akaondokea kuyaona yote sawa na yanayotegemeana, kuua kwa ajili ya kuishi. 'Usipoua utauawa wewe' kwake ikawa kama kauli ya mwisho ambayo maisha yake yaliitegemea, kauli pekee aliyoithamini. Usipoua utauawa.

Ziko nyakati nyingine ambazo alitatizika kila alipowaza ukweli wa kauli hiyo. Hizo ni nyakati za mapambano ya ana kwa ana. Pindi alipoona mtu ambaye alipata risasi ya kifua au kisu cha tumbo, alimtazama mtu huyo akianguka, akaisikiliza sauti yake yenye uchungu na macho yake yanayoiaga dunia; yaliyochanganyikiwa katika hatua ya kuuacha ulimwengu milele na kuingia ulimwengu mwingine usiofahamika.

Huzuni, hofu, kuchanganyikiwa au mshangao katika macho hayo vilimfanya Tambwe ajikute akitafakari upya kauli ya maisha yao ya msituni. Ni kweli watu hawa wanaokufa wanajua kwa nini wanakufa? Je, wanafahamu kipi wanachokipigania? Wanayathamini maisha yao hasa hata wakaafiki kufa! Na ni ipi thamani ya maisha!

Hayo na maswali mengine mengi yalimfanya mara kwa mara atamani kupaa ngani ambako angepiga mbiu isikike nchi nzima na duniani kote, kutangaza mwisho wa umwagaji damu. Hata hivyo, bado aliitegemea kauli ya kuua ili asiuawe.

Akaendelea kuongoza mapambano ya umwagaji damu.

Akaendelea kuua.

Halafu, ukabuniwa huu mpango wa kumteka nyara balozi mdogo, mpango ambao ungekuwa njia ya kukifanya kilio chake cha kukomesha mkondo wa damu kisikike ulimwenguni kote. Moyoni alihisi kuwa ulimwengu ungemwelewa.

Ndipo akajitolea kukiongoza kikosi kilichoteuliwa kuvuka mpaka, na kumpokonya Taloo ambaye sasa yumo mikononi mwao. Pamoja naye Joram...

* * *

Aliendelea kulala, masiko yake yakiendelea kusikiliza. Angeweza kulala hivyo hadi saa kumi za usiku ambazo alikusudia kuanza safari ya kuvuka mpaka, kama asingesikia sauti ambayo ilimzindua kiasi cha kumfanya afumbue jicho lake moja na kusikiliza kwa makini zaidi. Haikuwa chochote zaidi ya sauti ya kishindo kidogo. Lakini maadamu hakuweza kujua kishindo hicho ni cha nini ndipo akakishuku. Alisikiliza kwa muda mrefu zaidi bila mafanikio. Upande mmoja wa moyo ukamshauri kuendelea kulala. Lakini upande wake wa pili, ambao siku zote aliutegemea, ulimshurutisha kutoka nje, akachunguze mambo yalivyo.

Kimya, kama mzimu, akatoka na kuiendea nyumba ya silaha na ambayo aliamuru Taloo afungiwe. Alikuta salama. Walinzi wawili wa nje walikuwa macho kama wanavyostahili kuwa. Na wale wa ndani vilevile walikuwa macho kabisa.

Aliwasalimu kimyakimya, kisha akaondoka kuiendea nyumba alimofungiwa Joram pamoja na msichana wake. Walikuwa wametoweka! Askari wake ambaye alikuwa akiwalinda sasa alikuwa amelala sakafuni, kamba mikononi na miguuni!

'Joram ametoroka!' Akawaza kwa uchungu.

Tambwe alimtazama mlinzi huyo kwa muda. Akatamani kumfungua. Lakini hilo hakulifanya. Kwa kadri alivyofahamu Joram, baada ya kuzisoma harakati zake vitabuni na magazetini alifahamu fika kuwa asingetoweka moja kwa moja. Lazima angerudi kuendelea na utafiti wake kwani alikuwa na uhakika kuwa Joram alikuwa hajafahamu mengi au chochote juu yao. Hivyo, asingewakamata wala kwenda polisi bila ya kuwa na lolote la kusimamia. "Lazima atarudi," alijiambia. Hivyo, kumfungua mfungwa huyo wa Joram ingekuwa kujisaliti. Akamwacha kama alivyomkuta na kuwaendea walinzi wawili wa nje katika nyumba ya silaha.

"Joram ametoroka," aliwanong'oneza alipowafikia. "Sitaki afike polisi wala nyumbani kwake. Wewe Tombola nenda kalinde kituo cha polisi. Ukimwona mrudishe hapa akiwa hai au maiti. Nawe Lenge kalinde nyumba yao. Ukimwona mrudishe akiwa hai au marehemu. Unaijua ilipo nyumba yao. Sivyo? Mtaa wa Kawawa, nyumba namba kumi na mbili. Sawa? Angalieni, mnafahamu alivyo na hila. Msikubali akubabaisheni."

Walipoondoka tu Tambwe alichukua nafasi yake katika uchochoro mzuri kwa kiza, akiitazama nyumba ya silaha, jicho lake likifanya kazi kubwa kutazama huko na huko. Hakukaa sana kabla jicho hilo lililohitimu aina zote za kupambanua kitu chochote kisicho cha kawaida katika kiza, lilipokiona kitu kama kivuli kikiisogelea nyumba hiyo kimyakimya. Hima, akaitoa bastola yake mfukoni na kuishika vyema mkononi, kisha akaanza kukifuata kivuli hicho kwa utulivu zaidi, kivuli ambacho alijua si chochote ila Joram Kiango.

Alipofikia hatua nzuri ndipo alipopeleka mtutu wa bastola hiyo kisogoni mwa Joram huku akimnong'oneza polepole, "Natumaini umetosheka na uchunguzi wako... sasa fuata kila amri yangu... ubishi au hila ya aina yoyote yatakuwa mauti yako..."

Maneno hayo aliyasema kishujaa. Lakini hakujua vipi Joram alikuwa amechoka kuwa mateka wake mara kwa mara. Hivyo, lilitokea jambo ambalo Tambwe hakulitegemea. Joram alimjibu mara moja. Jibu lake halikuwa la maneno bali vitendo, pigo kali la judo ambalo lilitua katika shingo yake, pigo lililomfanya aanguke kama mzoga.

Kwa kweli, halikuwa pigo zuri kama alivyokusudia Joram. Lilipigwa ghafla bila ya kulenga popote. Hivyo, ingawa lilimtia Tambwe mwereka, haikumchukua zaidi ya nusu dakika kuwa wima tena akitazama huko na huko kwa uangalifu zaidi. Hakumwona adui yake. Joram tayari alikuwa ametoweka tena, kama ndoto.

Tambwe alikimbia huko na huko bila mafanikio. Hakumwona Joram wala dalili yake. Akahuzunika na kuhisi aibu mno. Kwa nini akamwachilia kuondoka? Kamwe asingejisamehe kwa uzembe kama huo. Alipoitazama saa yake ilimwonyesha kuwa zilisalia dakika kumi tu itimie saa kumi, saa ambayo alitakiwa kuanza safari ya kuvusha silaha na mateka wake. Wazo la kuondoka bila ya Joram lilimtatanisha, hasa si kwa ajili ya kumkosa tu; bali kutojua yuko wapi na anafanya nini. Hakudhani kuwa Joram angejificha kama juha na kuacha mambo mengine yote yatokee kama yalivyopangwa. La, si Joram Kiango!

Hata hivyo, alifarijika kiasi alipojikumbusha kuwa ulinzi mkali aliouweka polisi na nyumbani kwao Joram usingefanya mzaha kama alivyofanya yeye. Kama Joram angethubutu kwenda kokote kati ya polisi na nyumbani angekufa. Kama angekuwa mpumbavu kiasi cha kujitokeza kuuzuia utoroshaji wa mateka wake angekufa pia. Yeye mwenyewe angeitumia bastola yake, safari hii dhamira ikiwa moja tu, kuua.

Akiwa na wazo hilo aliwarudia walinzi wawili katika nyumba aliyokuwemo mateka na kuwanong'oneza, "Sikieni. Tutafanya safari sasa hivi. Naenda pwani kumwambia mlinzi wa mashine awashe boti tayari. Mara tu mkisikia mashine ikiwaka njooni na huo mzigo. Ueni bila kusita chochote ambacho kitathubutu kukuwekeeni vikwazo. Sawa?"

"Sawa, meja."

Akaenda pwani. Huko aliukuta mtumbwi wao mdogo na mashine vikiwa salama kabisa. Lakini aligutuka aliposhindwa kumwona mlinzi. 'Yuko wapi?' alijiuliza. Alipoingia ndani ya mtumbwi nusura amkanyage mlinzi huyo. Alikuwa kalala kando ya mashine, kafungwa kamba za miguu na mikono kwa nyuma, usoni na mdomoni kafungwa tambara jeusi.

'Trouble'. Tambwe alifoka kimoyomoyo akijua hii ni kazi ya Joram. Hakuona kuwa muda ulitosha kumfungua mtu huyo. "Anaweza kusubiri," alijiambia pindi akishughulika kuwasha mashine. Alipiga kamba ya kwanza, kamba ya pili, wapi. Mashine haikuwaka. Akapiga kamba ya tatu akisikiliza mlio. Ulikuwa mlio ulioonyesha wazi kuwa mashine isingewaka kamwe. Akafunua mfuniko ili kutazama chombo gani kimeharibika. Kitu cheupe kikapeperuka toka ndani ya mashine hiyo. Akakiokota na kukimulika kwa tochi. Kilikuwa kipande cha karatasi chenye maandishi. Hapana, ilikuwa barua! Barua yake, kutoka kwa Joram.

NDUGU UNAYEJIITA TAMBWE. MASHINE HII HAITAWAKA HADI NITAKAPOIRUHUSU MIMI. RUDI ZAKO NDANI UKALALE HADI NITAKAPOLIKATA SHAURI LAKO.

LALA UKIJUA KUWA HUNA UWEZALO KUFANYA KWANI
JORAM KIANGO YUKO MADHUBUTI KINYUME CHAKO.

Kwa mara ya kwanza katika maisha yake hofu ikamwingia Tambwe. Akahisi jasho likimtoka usoni. Hakujua afanye nini. Akamfungua kamba mlinzi wake na kuisikia hadithi ile ile aliyoitegemea. "... mtu mweusi kama kivuli alinivamia na kunifunga..." Akamwacha mtu huyo akiendelea na hadithi yake na kurudi mbio kijijini ambako aliwakuta walinzi wakimsubiri. "Jihadharini," aliwanong'oneza.

Kisha alikiendea chumba chake ambako alijilaza kitandani akijaribu kubuni afanye nini.

* * *

Kwa Joram Kiango ulikuwa usiku mfupi wa kusisimua sana ambao aliupenda kuliko usiku mwingine wowote.

Bado alikuwa kijijini Kagera, akiendelea na harakati za kimyakimya kwa hadhari na uangalifu zaidi. Asingekubali kurudia kosa lolote jingine ambalo lingemrejesha katika mikono ya Tambwe. Wazo hilo lilimfanya aushukuru tena na tena uamuzi wake wa kuachilia pigo lile kali mara tu bastola ya Tambwe ilipomgusa. Vinginevyo mipango yake yote ingevurugika.

Sasa mipango hiyo ilikuwa ikiufuata mkondo alioutaka yeye, ule ule aliouanzisha; jambo ambalo lilimfanya awe hana mengi ya kufanya zaidi ya kutulia katika kona moja nzuri akiwatazama kwa tabasamu Tambwe na watu wake walivyokuwa wakitaabika. Mara kadhaa walimpita kando na kuendelea na shughuli zao.

Nusura acheke kwa nguvu pindi alipoona hofu na mshangao katika jicho la Tambwe wakati alipoiokota barua ile aliyomwekea katika mashine yake.

Sura ya Sita

NEEMA IDD alilala usingizi mnono uliotokana na furaha aliyokuwa nayo moyoni kwa kupata fursa ya kwanza iliyomfanya ashirikiane na Joram Kiango katika harakati zake za kupambana na majambazi hatari.

Ingawa alikuwa katibu wake mahsusi na alijua na kuamini kuwa alikuwa mwenzi na msiri mkuu wa Joram, bado alikuwa hajawahi kuwa naye katika pilikapilika zake za hatari ambazo zimempa sifa na utukufu nchini na duniani kote, pilikapilika ambazo siku zote Joram huwa mshindi na kuwanasa maadui wengi na hatari, akiwa peke yake bila haja ya msaada wa mtu yeyote. Kama watu wengine, Neema alizifahamu harakati hizo zilivyokwenda kwa kusoma magazeti na vitabu mbalimbali vinavyosimulia habari hizo.

Maadamu leo alikuwemo katika kisa kizima, alielekezwa bastola na kufungwa kamba, kisha Joram akazifungua kamba hizo kama ndoto; alihisi furaha na faraja isiyokadirika.

Ni kweli kuwa kwanza alipatwa na hofu, nusura aangue kilio pale mdomo wa bastola ulipoigusa shingo ndani ya gari. Lakini alifarijika mara moja alipomtazama Joram na kuuona uso wake ukiwa hauna hata chembe ya wasiwasi, tena ukitabasamu! Ndipo Neema alipoacha kutetemeka na kila jambo lililofuata aliliona kama mchezo wa kuigiza ambao matokeo yake, kama michezo mingine yote iliyotangulia, yangemfanya Joram kuwa mshindi. Imani yake hiyo ilichanua na kupevuka wakati alipojikuta akifunguliwa kamba zote na kuamriwa kurudi nyumbani.

Kwa furaha hiyo, hakujua jinsi gani alivyofaulu kumtuliza Mzee Kondo ambaye alitaka kufahamishwa alikobaki Joram na kisa cha kuchelewa kwao kiasi hicho. Furaha hiyo ilimzuia hata kuyasikia mengine aliyozungumza mzee huyo, kama alifoka au la. Alichokumbuka ni kujitupa kitandani akiwa na mawazo mchanganyiko kichwani, wazo moja likimshauri akeshe hadi kesho alfajiri ambapo angesikia redio ikitangaza, "Joram Kiango kawanasa maadui ambao walijaribu kumteka nyara balozi mdogo wa nchi ya Ngoko, mkoani Kigoma..." Wazo jingine lilikuwa ni ombi, ambalo hakujua anamwomba nani, akitamani usiku huo ayaote yote yale yaliyomkuta usiku huo.

Hakuota chochote. Alipoamka ilikuwa karibu saa mbili. Kilichomwamsha ilikuwa sauti ya Mzee Kondo ambaye alikuwa akifoka uwani akisema, "Mwamsheni aeleze alikomwacha mwenzake..." Neema akaamka hata kabla ya kugongewa. Mawazo yote aliyokuwa nayo kichwani yakawa yametoweka na hofu kumrudia tena, hofu, baada ya kugundua kuwa Joram hajatokea.

'Ni kipi kilichomwendea kombo?' Neema alijiuliza. Asingeweza kusahau maneno ya Joram wakati alipomuaga, "... kesho alfajiri nitakuwa nyumbani. Nisipofika ukipenda karipoti polisi..."

Alfajiri! Na sasa ni saa mbili za asubuhi!

Sauti ya Mzee Kondo iliendelea kulalamika huko nje. Ikamfanya Neema azidiwe na hofu. Akaogopa hata kujitokeza huko uwani. Alipotazama dirisha aliona linatosha kabisa kumtoa nje. Hivyo, akafanya haraka kuvaa mavazi yake yaliyokuwa karibu. Kisha, akaruka dirishani. Bila kujali mshangao wa watu wawili watatu waliomwona. Akaanza safari ya haraka kuelekea kituo cha polisi.

Hakujua kama mmoja kati ya watu waliomshuhudia akitokea dirishani alikuwa Lenge, mtu ambaye alitumwa na bosi wake, Tambwe, tangu usiku wa jana kumrejesha Neema na Joram wakiwa hai au maiti. Neema, vilevile hakuwa na habari kuwa mjumbe huyo alimkosakosa kwa bahati baada ya kupotea mitaani kabla hajaigundua nyumba hiyo. Alipofika tayari Neema alikuwa kajifungia chumbani. Lenge hakujua chumba chake ni kipi, angekivunja au kufungua kwa hila. Kurudi mikono mitupu, akamweleze bosi kuwa ameshindwa kingekuwa kinyume kabisa cha taratibu zao. Hivyo, alikesha kando ya nyumba hiyo akiomba chochote kitokee na kumshawishi Neema kutoka nje usiku huo.

Hakikutokea.

Kukapambazuka na sasa jua lilikuwa angani kabla Neema hajajitokeza! Lenge alianza kuchanganyikiwa, hajui lipi afanye alipoliona windo lake likimjia kwa kupitia dirishani. Akalifuata.

Akiwa hana hisia zozote za hatari, Neema aliendelea na safari yake. Alikuwa akikaribia mwisho wa safari alipomwona mtu mfupi mwenye macho makali akimjia na kumshika mkono. "Samahani dada. Nina maneno nataka kusema nawe kidogo. Sawa?"

Sauti yake kavu iliongeza hofu katika moyo wa Neema. "Maneno gani? Ebu niache."

"Maneno mazuri ambayo najua wewe utapenda. Si wee iko bibi ya Jorame?" Sauti iliendelea. Neema akazidiwa na hofu. Alipozidi kuuvuta mkono wake, jitu hili lilifunua mfuko wake wa koti jeusi na kumwashiria Neema achungulie. "Unaona *madame*? Hii iko bastola mbaya sana. Iko mfuko wangu lakini naweza kuifyatua mara moja kukuua endapo utathubutu kunipa taabu. Sawa?"

Neema akapoteza mapigo kadhaa ya moyo wake. Alipoanza kupumua tena ilikuwa si kupumua bali kutweta. Miguu ilikuwa imemlegea kiasi cha kuona hana uwezo wa kutembea.

"Kama haufanyi matata hautaumia," Lenge alimweleza. "Sasa subiri tukodi teksi. Sawa?"

Neema hakuwa na hali ya kufunua kinywa ajibu.

* * *

Meja Tambwe alijisikia matumaini yakimrudia alipoona mapambazuko yakiwadia bila ya upinzani wowote kutoka kwa Joram wala polisi kama alivyotegemea. Akamdharau Joram kwa kutofanya lolote alilokusudia usiku huo kwani maadamu kumepambazuka salama, mipango yake aliyoibuni na kuijadili na wenzake usiku huo isingemwendea kinyume tena. Nani aliyesema jiwe moja haliwezi kuua ndege wawili? Kidogo alikosea. Jiwe moja laweza kuua hata ndege watatu. Lake alitegemea lingefanya hivyo.

Imani na matumaini hayo ya Tambwe viliongezeka mara ilipotimu saa mbili na robo na kumwona mmoja wa wasaidizi wake akimjia huku kashikana mikono na msichana mrembo kwa namna ya wapenzi wawili wanaobarizi, msichana ambaye asingeweza kumsahau hata chembe.

Msichana wa Joram, Neema Idd!

Ingawa watu wote waliopishana nao au kuwatazama waliweza kuwafikiria kama wapenzi wawili wenye safari zao, haikuwa hivyo kwa Meja Tambwe. Yeye, mara tu alipoyatazama macho ya Neema na kuuchunguza mwendo wake alifahamu kinachotokea. Neema alikuwa akija bila hiari ingawa hakufanya chochote kuipinga safari hiyo. Au alikuwa hajui chochote kinachotendeka kwani alikuwa amechomwa sindano yenye dawa za kulevya ambazo zingempumbaza kwa saa ishirini na nne.

"Kazi nzuri Lenge," Tambwe alimnong'oneza mara walipomfikia. "Ingia naye ndani ukapumzike." Walipoingia ndani aliwafuata na kumwambia, "Kumleta huyu kunaongeza matumaini yangu juu ya kufanikisha mipango yetu.Tukimchelewesha hapa kidogo Joram anaweza tena kurudi katika mikono yetu lakini sitaki tena kucheza na mtu mkorofi kama Joram. Nikimwona tena nitamuua mara moja na kujuta baadaye. Mipango niliyo nayo ni imara zaidi."

Alitazama nje kwa muda, kisha akapunguza sauti alipoanza kuelezea mipango yake, "Nimekwishawatuma wenzako wote mjini, kila mmoja akiwa na jukumu maalumu. Mmoja anashughulikia jeneza, mmoja amekwenda kumwona daktari, mmoja..."

"Nimekuvulia kofia, meja," Lenge alidakia. "Kwa hiyo, tutamweka Taloo ndani ya jeneza hilo na kuondoka naye kama maiti! Hapo umecheza. Sioni vipi tutashindwa kuvuka vizingiti vya polisi!"

"Sivyo," Tambwe alimjibu, kitu kama tabasamu kikijitokeza katika uso wake. "Sivyo, ingawa hiyo isingekuwa njia mbaya sana. Hiyo nimeipa tisini kwa mia. Njia niliyoiandaa na kuipa mia kwa mia ni hii." Alirekebisha sauti yake alipoendelea kueleza, "Jeneza litakuwa tupu. Ndani yake tutaweka gunia lililojaa mchanga. Wakati huo huo tutakuwa na barua ya daktari ambayo inaeleza kuwa maiti iliyomo ni ya mtu aliyefariki kwa maradhi ya kipindupindu. Barua hiyo itawafanya watu wote, pamoja na polisi, kuiogopa maiti hiyo kama sumu. Itavuka vizingiti vyote vya polisi bila tatizo. Ikishafika nje ya mji, mbinu zitafanywa kuwashtua polisi ili waifuate. Mtawasumbua kabla hawajawafikieni. Wakiwafikia mtaeleza kuwa huo ulikuwa mchezo tu wa kuionyesha polisi vipi wanaweza kuchezewa akili. Watakuja juu, lakini hawatafanya chochote, hata wakiwaweka ndani kwa usumbufu..."

"Haitakuwa mara ya kwanza kwetu," Lenge alidakia tena. "Kwa kweli, ni mpango mzuri. Lakini una maana gani iwapo mzigo wetu utabaki hapahapa? Si bora tungemweka humo ndani ya jeneza na kwenda naye?"

"Taloo hatabaki hapa," Tambwe alisema. "Wakati nyie mkiwapoteza lengo polisi mimi nitamchoma sindano ambayo itamrejeshea nusu ya fahamu zake. Nusu tu kwani bado atakuwa mbumbumbu kiasi cha kutolikumbuka jina lake. Kisha, nitambadili mavazi na kumvisha kanzu na kilemba hadi awe tofauti kabisa na alivyokuwa. Kisha, tutaondoka naye kama marafiki tu; sawasawa na ulivyofanya wewe na huyo msichana wa Joram. Mbele ya safari nitakodi gari ambayo itatupeleka nje ya mji kama Ilagala au Bulombora. Huko sitakosa mbinu za kuvuka ziwa hili. Kitu kikubwa ni fedha tu. Maadamu zipo hatuna shaka." Alipoona Lenge bado yuko kimya aliongeza, "Au hujaiona sababu kamili ya kufanya yote haya tu? Ni kuwatoa polisi nje ya njia yetu. Ili kufanikisha lengo la kumtoa Taloo nje, lengo ambalo Joram aliliwekea vizingiti, utakapojiunga na msafara huo ukiwa na msichana huyo kama wako; Joram ambaye nadhani yuko mahala fulani akituchungulia atahadaika kwa kudhani kuwa Taloo anatoroshwa kwa hila na mpenzi wake anatoroshwa pia. Hatavumilia. Hivyo, atayaacha maficho yake na kuwafuateni. Polisi nao wataviacha vituo vyao vya ulinzi kukufuateni. Wakati huohuo Taloo atafikishwa anakotakiwa bila shaka yoyote. Hee! Unaona sasa kwa nini nimesema mpango huo utawaua ndege watatu kwa jiwe moja?"

"Nimekuvulia kofia meja."

* * *

Mnamo saa nne za asubuhi gari aina ya *Datsun Pickup* lilijitokeza katika kijiji cha Kagera likiiendea nyumba aliyokuwemo Tambwe, nyumba ambayo ni ya kawaida machoni mwa majirani ingawa iliwashangaza kwa wingi wa wageni wa mara kwa mara. Mwenye nyumba, Mzee Yongo Malembe, mfanyabiashara wa dagaa, alikuwa katika moja ya safari zake ndefu za mara kwa mara na kumwacha Tambwe ambaye alimwita kuwa ni binamu yake machoni mwa wanakijiji. Tambwe, ambaye wanakijiji humwona mara kwa mara kiasi cha kuanza kumzoea ingawa baadhi walimpenda na baadhi wakimwogopa kwa ajili ya ukimya wake, hali wote wakitamani kujua lilikokwenda jicho lake la pili.

Gari hilo lilikuwa limechukua kitu ambacho watu wote kijijini hapo walikitazama kwa hofu; jeneza. Kando ya jeneza walikuwepo watu watatu wenye nyuso za huzuni. Walipoifikia nyumba alimokuwemo Taloo, dereva alisimamisha gari.

Kabla watu hao watatu hawajafaulu kuliteremsha jeneza, majirani walikwishakusanyika na kulizunguka gari hilo. "Poleni jamani. Ni nani aliyetutoka?" jirani mmoja aliuliza.

Tambwe aliitumia nafasi hiyo kuutawanya umati huo kwa kusema kwa sauti ambayo aliamini ingemfikia kila mmoja. "Huu ni msiba mkubwa. Mmoja wa wageni wetu jana usiku alianza kuharisha na kutapika. Alfajiri tumempeleka hospitali. Kwa bahati mbaya, haikuwa riziki yetu kwani mara baada ya kulazwa kitandani tu, amekata roho." Alipoona baadhi ya watu bado wameduwaa akaongeza, "Sidhani kama polisi wakifika hapa wataridhika na msaada wenu ingawa mimi nauhitaji sana. Wametuonya tusimshirikishe mtu yeyote katika kushughulikia maiti. Nia yao ni njema. Ni kujaribu kuokoa maisha kwani bila ya usiri wowote ndugu zangu, marehemu kafa kwa maradhi ya kipindupindu."

Haikuwemo haja ya kuwatishia 'polisi'. Neno moja tu, 'kipindupindu' lilitosha kuwatia hofu kama lilivyowatia.

Walitazamana kwa mashaka, ikafuata minong'ono; kisha wakaanza kuondoka mmojammoja kwa udhuru huu na ule.

Muda si mrefu Tambwe na kikosi chake wakawa huru tena kuendelea na mipango yao. Gunia la mchanga likawekwa ndani ya jeneza huku Taloo, ambaye bado alikuwa nusu mfu, akiinuliwa na kuwekwa ndani ya pipa. Pipa hilo likafunikwa kwa ungo wenye ungaunga wa kufanya mtu yeyote ambaye hata kama angeingia humo kwa nia ya kumtafuta Taloo asiweze kulishuku chochote.

Kisha, jeneza likarudishwa garini, nalo gari likatiwa moto. Mwendo ukiwa wa wastani walipita katika mitaa ya kijiji na kuingia mjini Ujiji. Walipoifikia Barabara ya Livingstone gari liliacha Barabara ya Lumumba na kuelekea ziwani. Kabla hawajaifikia bandari walisimamishwa na polisi wawili ambao waliwatazama kwa ukali. "Mmechukua nini?" mmoja wa polisi hao alifoka.

"Kwa nini, ndugu? Huoni kuwa mwenzetu huko nyuma katutoka? Tunampeleka Mgambo ambako mazishi yatafanyika." Aliyejibu ni Lenge. Sauti yake ikiwa na majonzi, macho kayajaza simanzi.

"Una hakika ni maiti?" askari huyo alifoka tena. "Nitapenda kumtazama..."

"Mtazame, mwenyewe," Lenge alimuunga mkono. "Lakini kabla ya kumtazama bora ungesoma hii." Akampa ile barua bandia kutoka kwa daktari.

Macho ya askari huyo yalipolifikia neno 'kipindupindu' yalibadilika mara moja. Hata barua yenyewe sasa aliishika kwa mashaka kama aliyekishika kipindupindu chenyewe. Alikuwa hajayasahau maafa yaliyoletwa na kipindupindu nchini. Asingeweza kusahau kipindupindu kilivyoua watu, raia kwa askari; wakulima kwa wafanyakazi, waganga kwa waganguzi. Hakina adabu kipindupindu. Hakijali cheo wala kisomo.

Hakijali magwanda ya polisi wala vilemba vya ushekhe. Mradi umekiuka kidogo tu kanuni za afya kipindupindu kinakuadhiri. Moja ya kanuni hizo ikiwa kujiepusha na wagonjwa wa kipindupindu, askari huyo hakutaka tena kuyaona maiti. "Pita haraka," aliamuru.

Lenge na wenzake wakapita na kuiendea boti ambayo ilikuwa tayari ikiwasubiri.

* * *

Inspekta Chuma alitupa kipande cha sigara iliyokuwa ikiteketea mdomoni mwake katika kasha la taka, sigara ambayo tangu alipoiwasha hakupata kuivuta hata funda moja. Baada ya kuitupa aliwasha nyingine. Hii pia alisahau kuivuta. Badala yake alitulia akiitazama hali haioni.

Alikuwa taabani kimawazo. Tatizo la kutoweka kwa Taloo lilikuwa tishio kubwa kwa usalama wa nchi. Kadhalika, lilikuwa kashfa ambayo ingelilikumba taifa zima. Nje ya taifa Chuma aliamini kuwa kashfa hiyo ingeishusha hadhi yake kama kiongozi wa polisi mkoani. Hayo aliyawaza baada ya kuona kumekucha na sasa yakaribia saa saba za mchana bila kupata taarifa yoyote ya maana kuhusiana na kutoweka kwa Taloo. Ingawa yote yanayostahili kufanywa yalikuwa yamefanyika, halikutokea jibu lolote lenye matumaini. Bado Taloo alikuwa ametoweka kama aliyemezwa na hewa mara tu alipotoka nje ya *Soweto Bar*.

Kilichoongeza mashaka katika moyo wa Chuma ni waandishi wa habari. Hakujua walizipataje habari hizo. Alishtuka kumwona mmoja wao akimjia ofisini na kudai maelezo yake juu ya 'kutekwa nyara' kwa Taloo. Alipomwuliza wamejuaje kuwa ametekwa aligutuka alipoambiwa kuwa wateka nyara hao waliipigia simu ofisi ya gazeti wakidai kuwa Taloo yumo mikononi mwao, sababu wataieleza baadaye.

"Wamesema ni nani wao?" Chuma alihoji kwa matumaini kidogo, lakini alivunjika moyo alipoambiwa kuwa hawakusema chochote zaidi ya maelezo hayo mafupi.

"Ni kweli mambo hayo mzee?" mwandishi huyo alimwuliza Chuma. "Tunataka kupata hakika kabla hatujaandika kitu." Alipomwona Chuma katulia aliongeza, "Nadhani ni kweli, kwani baada ya kuipokea simu hiyo nimekwenda ofisini kwa Taloo sikumkuta, nikaenda nyumbani kwake ili kuulizia kwa mke wake sikufanikiwa baada ya askari aliyewekwa mlangoni kunizuia. Nadhani ni kweli..." alirudia. "... Mhariri wangu atafurahi sana kupata habari moto kama hii," alimaliza na akaanza kuinuka.

Chuma alimshika mkono na kusema kwa nguvu, "Sikia wewe, huna ruhusa ya kuandika chochote juu ya jambo hili. Hiyo ni amri."

Lakini mwandishi huyo alicheka tu. "Amri?" alimwuliza. "Amri ya nani? Amri ninayoithamini mimi ni ile niliyopewa ya kuandika chochote mradi ni kweli. Kwa hivyo, mzee wangu, ikifika saa ya kwenda mitamboni kabla sijamwona Taloo, kesho utazisoma habari hizo gazetini," alimaliza na kuondoka bila ya kuijali sauti ya Chuma iliyojaribu kumwita.

Ni hayo ambayo yalimpokonya Inspekta Chuma starehe zote kiasi cha kusahau kiu ya sigara na ladha yake. Yakamfanya aendelee kuduwaa nyuma ya meza yake akimwomba Mungu na miungu, mmoja wa mitego yote iliyotegwa huko na huku ufyatuke na kuwanasa Taloo na watekaji wake.

Kila muda ulivyopita ndivyo matumaini yake yalivyozidi kudidimia. Saa saba na robo! Saa kumi na saba tangu Taloo alipotekwa! Aweza kuwa nje ya nchi au hata nje ya dunia wakati huu. Aweza...'

Simu ikalia ghafla kiasi cha kumfanya airukie na kunguruma kwa nguvu akisema, "Chuma hapa. Nani mwenzangu?"

Hakujua kilichomfanya aipapatikie simu hiyo. Kutwa nzima alikuwa akipokea simu kutoka huku na huko, zikiwa taarifa zisizo na matunda yoyote; hata akaanza kuzikinai. Hii aliikimbilia. Na hakujidharau kwa kufanya hivyo, alipoisikia sauti ya harakaharaka ikimjibu, "Joram Kiango hapa."

"Joram! U..."

"Naam Joram. Nadhani utapenda kumpata balozi mdogo Taloo na watu waliomteka nyara? Wako safarini sasa hivi wakivuka mpaka. Jihadhari nao wana hila nyingi. Wamemficha Taloo katika jeneza. Fanya haraka." "Ebu... Sikia..."

Hakujibiwa. Simu ilikuwa imekatwa tena ghafla kama ilivyoanza. Chuma hakupoteza muda. Alimungurumia opereta akimwomba ampe msaidizi. Alipompata aliita, "Sajini Omari? Tayarisha helikopta na askari watano wenye silaha. Haraka sana." "Sawa, afande."

Baada ya muda mfupi Chuma na askari wengine watano walikuwa angani wakielea huku na huko juu ya ziwa Tanganyika. Haukupita muda kabla hawajaipata boti waliyoihitaji. Boti yenye jeneza na abiria wanne, mmoja akiwa mwanamke.

Waliizunguka boti hiyo mara mbili tatu huku wakiiashiria boti isimame. Iliposimama waliteremka chini zaidi, silaha mikononi. Helikopta ilipofikia hatua nzuri zaidi Chuma alirukia ndani ya boti hiyo, akifuatwa na askari mwingine. Bunduki yake, ikiwa tayari mkononi, aliielekeza kwa nahodha wa boti huku macho yake yakiwatazama abiria au baharia wengine. Ikamshangaza kuona hawana silaha zozote mikononi.

"Mikono yenu juu," alinguruma.

Wakamtii isipokuwa msichana huyo ambaye aliendelea kutazama Chuma na bunduki yake kama jogoo aliyeona almasi. Macho yake hayakuonyesha dalili yoyote ya kumjali Chuma wala silaha yake.

"Weka mikono yako juu wewe!"alimfokea bila kuujali uzuri wake ambao ulimshangaza. Uzuri ukaacha kumshangaza. Kilichomshangaza sasa ni tabia za msichana huyu. Aliangua kicheko mara baada ya kumsikia Chuma akimfokea.

"Unacheka nini?"

Akazidi kucheka.

'Hila au vipi?' Chuma alijiuliza kwa mshangao. Akamwacha msichana huyo na kumgeukia mmoja kati ya wasafiri, mtu ambaye uso wake wenye madevu mengi ulimfanya aonekane kama kiongozi wa msafara. "Wewe! Mnatoka wapi, mnakwenda wapi?" akamwuliza kwa ukali.

"Tumetoka hospitali, Maweni. Na tunakwenda Mgambo kuzika," Lenge alimjibu kwa utulivu mwingi kiasi cha kumfanya Chuma aanze kupata mashaka.

"Mna nini humu?" alifoka tena, akiuelekeza mkono wake kulikokuwa jeneza.

"Kwa nini? Ni maiti."

"Funua," Chuma alinguruma.

"Haifai Inspekta," Lenge alimjibu "Ni hatari. Ningeomba usome hii kwanza." Akampa ile barua ya daktari.

Chuma aliisoma harakaharaka na kuiweka mfukoni mwake. "Funua," akanguruma tena.

"Siwezi mzee. Sitaki kufa kwa kipindupindu. Bado napenda kuishi." Lenge alimjibu akirudi nyuma hatua moja.

Chuma akamgeukia askari wake na kumwamuru afunue. Kwa wasiwasi kidogo askari huyo aliliendea jeneza na kulifunua. Alipoifikia sanda aliifunua pia. Kilichotokea kiliyavuta macho yote kukitazama kwa mshangao kwa muda mrefu, kimya kama maiti.

Lilikuwa gunia lililojaa mchanga.

Kisha, Inspekta Chuma alimtazama kila mmoja kama anayedai maelezo kimyakimya. Macho yake yalipomfikia Lenge yalitulia juu yake kwa ukali.

Kimya kilivunjwa na msichana Neema, ambaye aliangua kicheko kwa sauti kubwa zaidi. Alicheka sana, kwa muda mrefu, hata kila mtu akajiunga naye kucheka. Kila mtu, isipokuwa Inspekta Chuma ambaye aliduwaa mithili ya jogoo aliyenyeshewa.

Hakujua kama ilimpasa kulia au kucheka.

Wala hakufahamu kuwa alikuwa katika kundi la wendawazimu au yeye ndiye aliyekuwa mwendawazimu. Hapana, mwehu ni huyu aliyempigia simu! Vinginevyo, asingepiga simu hii. Naye Inspekta Chuma kuiamini simu ile kulitokana na jinsi alivyoufahamu mchango wa Joram dhidi ya majambazi. Vipi leo anamlaghai?

"Nini hii?" alihoji ghafla mara alipoipata tena sauti yake.

"Huu ni mchezo tu mzee," Lenge alimjibu. "Tumefunga mchanga huo ndani ya jeneza na kubuni barua hiyo ili tukaipime mioyo ya ndugu na majirani zetu huko Mgambo. Tunataka kuona nani ndugu wa kweli, nani wa bandia, kwani kama unavyojua mzee, kipindupindu..."

"Funga," Inspekta Chuma alimnyamazisha. "Geuzeni boti lenu turudi mjini."

Lilipowaka na kuanza kurudi, Neema aliacha kucheka na kuanza kulia.

Sura ya Saba

BAADA ya kuondoka kwa gari lililomchukua 'marehemu' baadhi ya majirani walimrudia Tambwe na kumpa pole ambazo ziliandamana na maswali kadha wa kadha. Maswali mengi yalikuwa na mshangao kwa kifo hicho cha ghafla. Akijua au kuamini kuwa shughuli zake zakaribia ukingoni Tambwe aliwajibu bila kujali sana. Hakujali kama wangemshuku uongo au la kwani aliamini kuwa baada ya saa moja angekuwa maili nyingi nje ya Kagera, akiwa na 'mzigo' wake salama.

Kitu alichojali ni muda. Hivyo, mara alipopata mwanya aliwaepuka jirani hao na kuingia ndani. Huko alikwenda kwenye chumba chake cha kulala ambako aliandaa dawa alizohitaji kumzindulia Taloo, kisha aliliendea pipa ambalo Taloo alihifadhiwa na kulifunua.

Hakuliamini jicho lake alipoliona pipa likiwa tupu. Kwa muda aliduwaa akichungulia ndani ya pipa hilo kwa mshangao. 'Kweli pipa li tupu? Yu wapi Taloo' alijiuliza. Labda alikosea alikomficha! Swali hili la mwisho la mshangao likamfanya aanze kuzunguka nyumba nzima. Alikichungulia kila chumba; kila uvungu wa kitanda; kila kona. Haikusaidia. Mara akarukia darini na kutafuta kwa makini. Hakumwona. Taloo alikuwa ametoweka kama aliyemezwa na hewa.

Mshangao ukaanza kumtoka na nafasi yake kuchukuliwa na hasira, hasira kali. Kazi yote hii aliyoifanya, fedha iliyotumika, muda na hatari aliyojitia ili amfikishe Taloo anakotakiwa, vipi juhudi zote hizi zinyauke ghafla dakika ya mwisho kama mti uliopigwa radi! Aibu iliyoje!

Pengine hajatafuta vizuri! Tambwe alijiambia akirudi tena chumbani kulikokuwa na pipa. Alilikuta tupu kama alivyolikuta mwanzo. Akaduwaa tena akichungulia ndani ya pipa hilo kama anayeiomba miungu ya mababu zake ifanye muujiza kumwonyesha mateka wake aliko.

Hakuna kilichotokea. Akiwa hajui la kufanya, wala lolote afanyalo alijikuta akianza kutoka chumbani humo akielekea sebuleni. Mawazo yalivyomjaa kichwani, nusura apite bila ya kumwona mtu aliyekaa juu ya kiti akimtazama kwa uso wenye tabasamu pevu huku sigara ikiungua mdomoni mwake, mkononi kashika gazeti kuukuu.

Joram Kiango!

Tambwe hakutaka kuliamini jicho lake. Joram alikuwa mtu wa mwisho kati ya wote ambao angependa kuwaona katika muda kama huo. Alipojikuta anawajibika kuliamini jicho hilo alipiga hatua mbili za haraka kumsogelea Joram huku akifoka, "Wewe!" Alipoona Joram anaendelea kumtazama kwa dalili za tabasamu, aliuingiza mkono wake mfukoni na kuutoa ukiwa umeshikilia bastola yake.

"Sina budi kukuua," alinong'ona akiilenga vizuri.

* * *

Tabasamu la Joram likageuka kuwa kicheko.

"Unataka kuniua, sio?" Joram alisema baada ya kicheko hicho ambacho kilimtatanisha mno Tambwe. "Kuniua! Kweli wewe ni jemedari halisi wa Cheche, jemedari mtukufu ambaye kwake kuua ni mchezo mmoja tu aupendao na awezao kuucheza kikamilifu." Alisita kidogo akimkazia macho Tambwe. "Haya, niue basi. Niue uone vipi kifo changu kitakavyoisaidia Cheche na ndoto yetu ya kuipindua au kuikomboa, kama mnavyodai nyie, Serikali ya Ngoko."

Joram alicheka tena alipoona Tambwe kaduwaa, jicho lake likionyesha mshangao. Kilichomshangaza sasa ni utulivu na upuuzi wakati wowote ambao angekitikisa kidogo tu kidole chake. Hasa aliduwaa kwa kule kumsikia Joram akitaja 'Cheche,' jina la chama chake 'kitukufu' ambacho alidhani kuwa ni siri kubwa hadi sasa.

"Nilijua usingeweza kuniua kijinga bila ya kufahamu aliko mateka wako, Taloo. Au vipi!" Joram alisema tena baada ya kuyasoma mawazo ya Tambwe. "Hilo pamoja na hisia zangu kuwa usingependa kukipaka matope chama chako kwa kumwaga damu isiyo na hatia ni kati ya sababu ambazo zimenifanya nikujie mikono mitupu. Vinginevyo, ni mimi ambaye ningekuwa na bastola wewe ukiwa umevaa pingu."

Bastola bado ilikuwemo mikononi mwa Tambwe. Lakini sasa ilishikwa kama kiko badala ya silaha. Haikuonyesha kuwa ilikusudiwa kutumiwa. Joram alipoiona katika hali hiyo alimkumbusha kuihifadhi; kwa kumwambia polepole, "Nakushauri uirudishe mfukoni bastola hiyo. Kumbuka hii ni nchi huru yenye amani, huna haja ya kuwa na silaha yoyote mkononi."

Tambwe akairejesha kibindoni. Kisha, akakisogelea kiti kilichomwelekea Joram na kuketi. "Sikiliza ndugu Joram," alisema mara baada ya kutulia kitini. "Najua ni wewe uliyemwiba Taloo. Wala sidhani kama kuna mtu anayefahamu taabu tuliyoipata ili kumtia mikononi mwetu zaidi yako. Niko tayari kusahau taabu hiyo uliyotutia na kumnunua Taloo kutoka kwako kwa bei yoyote ile. Taja unahitaji elfu ngapi. Tafadhali, usiogope."

Kwa mara nyingine tabasamu la Joram liligeuka kicheko. Baada ya kicheko hicho aliwasha sigara na kuivuta mara mbili tatu kabla hajasema, "Meja Tambwe, jemedari wa majeshi ya siri dhidi ya serikali ya Ngoko, majeshi ambayo yanaongozwa na chama cha Cheche; ambacho kimedhamiria kuifanya Ngoko nchi ya kijamaa na demokrasia. Vipi watu wenye dhamira safi kama hiyo hamuoni aibu kuua wala kuteka nyara?"

Tambwe alijaribu kufunua mdomo ajibu. Joram akamkatiza kwa kusema, "La, usijibu haraka, bwana Tambwe. Tutakuwa na mengi ya kuzungumza; mimi na wewe. Kwa sasa kama kuna jambo linalonishangaza juu yenu ni juu ya kifo cha Bob. Sijui wala sioni kwa nini mlimuua. Uchunguzi wangu umenionyesha kuwa mlimtegemea sana Bob ili kupata mahitaji yenu muhimu kama chumvi, sabuni, dawa na vitu vingine ambavyo viliwawezesha kuishi msituni miaka kadhaa mkipambana na majeshi ya serikali. Kwa nini basi mkalazimika kumuua kinyama namna ile? Usijibu haraka. Ngoja nikupe hongera kwa kumuua kwa mbinu za hali ya juu ambazo zimewalaghai watu wote hata wakaamini kuwa Bob alijiua mwenyewe kutokana na kuuona uovu wake kwa jamii na wale wapenzi wawili waliojiua, kama alivyodai katika barua yake. Ingawa kweli damu 'kwenye kisu ilikuwa yake, mwandiko ukiwa wake na alifariki kwa kifo kile kile alichotaja katika barua yake, lakini bado sikuamini kuwa Bob ni mtu wa kujiua. Ulimuua, Tambwe. Kwa nini? Nieleze, tafadhali."

Ndipo ukafika wakati wa Tambwe naye kucheka, ingawa kicheko chake hakikuwa na hisia yoyote ya kicheko zaidi ya kuonyesha meno tu.

"Ninayo furaha kupata fursa hii ya kuona kwa macho yangu mwenyewe jinsi ulivyo mpelelezi wa ajabu, Komredi Joram. Kwa kweli, ungeishi miaka miwili nyuma watu wangesema unapeleleza kwa mazingaombwe. Tazama ulivyotibua harakati zangu zote kama mzaha. Wakati huo ulijua kama nilivyojua mimi kuwa tulikuwa tayari kukuua kuliko kurudi nyuma. Kwa kweli, nilipozisoma habari zako vitabuni nilidhani zimebuniwa au kutiwa chumvi nyingi, kumbe sivyo. Labda kuna mengi yaliyosahauliwa ambayo yangewapendeza sana wasomaji.

"Lakini juu ya kifo cha Bob sina budi kukuhakikishia kuwa alijua. Usishangae, Joram. Siyo kwamba nakukanusha kuwa kuna mashaka katika upelelezi wako. Upelelezi wako umekuwezesha kuhisi kuwa Bob hakujiua kwa hiari. Kwa kweli, hakupenda kujiua."

"Sijui unataka kusema nini!" Joram alimjibu. "Kwamba ulimlazimisha Bob kujiua? Hiyo ni sawa na kumuua."

"Sivyo. Nataka kusema kuwa Bob alijiua bila hiari yake." Akasita kidogo. "Pengine ili uelewe nawajibika kukueleza kisa kizima ili uielewe Cheche vizuri zaidi ya hilo gazeti letu, nakala ya zamani sana, ambayo umeishika mkononi mwako, inavyoweza kukueleza."

"Pengine," Joram aliunga mkono.

"Natumai utastaajabu, Joram, nikikuambia kuwa kisa hiki kilianza siku ambayo tulipata uhuru wetu kutoka kwa mkoloni. Siku ambayo wananchi wa Ngoko wote tuliusherehekea uhuru huo, huku mioyo ikiwa imejaa furaha na matumaini, furaha na matumaini ambayo yalionyesha kuongezeka maradufu mara baada ya kiongozi wetu, marehemu Pusi Ngokole alipotoa ile hotuba isiyosahaulika; hotuba iliyowatoa wakoloni wengi machozi kwenye kilele cha sherehe hizo akisema:

'Ndugu zangu wapenzi, natumai nyote mnayo furaha kubwa kuupata uhuru huu. Mnayo kila haki ya kufurahi kwani jasho na damu nyingi imemwagika kabla ya kuifikia tarehe ya leo, tarehe ambayo mkoloni ameona hana hila nyingine zaidi ya kuturejeshea uhuru wetu au haki yetu. Kwa kweli, mimi ni mmoja wenu mwenye furaha kubwa.

Hata hivyo, ningependa kuwaambia wazi kabisa kuwa kuufikia uhuru ni kufikia kituo cha kati tu katika safari yetu ya mapambano; yaani sitaki mfikiri kuwa uhuru ni mwisho wa mapambano. Kwa kweli, uhuru huu ni mwanzo wa mapambano mapya, mapambano ya kujikwamua kiuchumi na kiutamaduni.

Nadhani, mnaona hali za watu wengi zilivyo mbaya sana kiuchumi hali wengine wana hali nzuri sana. Bila shaka, pia mnawafahamu watu ambao safari zao zote huruka kwa ndege hali wengine wengi wanashindwa kupata nauli ya basi. Uhuru utakuwa na maana gani basi iwapo tutaacha hali kama hizo ziendelee? Uhuru utakuwa umewasaidia nini?

Kwa hiyo, nataka muelewe kuwa kupata uhuru ni kupata nguvu na uwezo wa kuua itikadi hiyo ya maisha, itikadi ambayo inaruhusu baadhi ya watu kustarehe ilhali wengi wakiteseka. Nchi yetu hii ni tajiri. Lazima utajiri huu utumiwe kwa faida ya wananchi wote.

Angalieni, vita hii ni ndefu na ngumu kuliko ya kudai uhuru; mara nyingi tutapigana wenyewe kwa wenyewe. Msife moyo, tutashinda. Niko mstari wa mbele kuongoza mapambano. Nikifa atazaliwa Ngokole mwingine ambaye atayaongoza mapambano.'

Sijaisahau hotuba hiyo, Joram. Sijaisahau kwani ilinishangaza sana kuona hotuba nzuri kama hiyo ikisababisha mauti ya mpendwa Pusi Ngokole. La kusikitisha zaidi ni kwamba aliuawa na mmoja wetu. Mmoja kati ya watu wale wale ambao alikuwa akiwatetea.

Wakati huo nilikuwa askari mwenye cheo cha koplo, nikiwa kijana mzuri ambaye alimezwa mate na kila msichana. Siyo niliyechakaa na kusalia na jicho moja.

Nilirejea kambini kutoka kwenye sherehe hizo nikiwa na mawazo mapya juu ya uhuru. Kweli, uhuru ungekuwa na maana ipi iwapo mkoloni angeondoka na nafasi yake ipokonywe na baadhi tu ya Wangoko? Mawazo hayo yakanifanya nianze kumtukuza Pusi Ngokole maradufu kuliko awali. Nilimwona kama mtu wa pekee ambaye anajitoa kafara kwa ajili ya watu.

Wala hotuba yake haikuwa ya maneno matupu. Siku chache tu baada ya tamko lake hilo, akiwa Waziri Mkuu, serikali ilitangaza kufuta kodi ya kichwa, kutaifisha makampuni kadhaa ya kibepari pamoja na kuongeza mishahara ya kima cha chini. Kadhalika, hatua kadha wa kadha ziliendelea kutangazwa zikiwa na lengo la kuufanya uhuru kuwa uhuru kamili.

Mabepari wakazidi kutetemeka. Wangoko wenye mawazo ya kibepari wakaduwaa.

Halafu, ukaja ule usiku ambao kamwe siwezi kuusahau. Nilikuwa usingizini nikiota ndoto za kupendeza. Mara nikaamshwa na mmoja wa wakuu wangu na kuamriwa kumfuata. Tulifuatana hadi barabarani ambako gari lenye abiria mmoja tu, mkuu wa majeshi, lilikuwa likitusubiri. Nikaamriwa kupanda. Nilipoingia ndani ndipo nilipoona kuwa alikuwemo abiria mwingine aliyefungwa kitambaa usoni. Sikumtambua. Gari likatiwa moto likiacha mji na kuelekea maporini. Baada ya safari ndefu lilisimama katikati ya pori. Nikaamriwa kumvuta nje mateka na kumfungua kitambaa.

Sikuyaamini macho yangu kuona mateka akiwa Pusi Ngokole. "Mnataka kufanya nini?" nilifoka nikimtazama mkuu wa majeshi.

"Usiniulize maswali," nilijibiwa, "Kazi yako ni kumpiga risasi."

"Nini?" nilinguruma. Nilipomtazama Ngokole nilizidi kuchanganyikiwa kwani alitabasamu bila hofu yoyote.

"Kwa nini? Haiwezekani!" nikafoka tena, huku nikianza kufungua pingu zilizomfunga Ngokole mikononi.

Kitendo changu kiliwashangaza wakuu wangu. Walipopata fahamu nilishtukia nikipigwa singe matakoni. Nilipoinuka nimfuate mkuu huyo nilipata risasi ya ghafla ambayo ilipita jichoni. Nikaanguka na kuzirai.

Fahamu ziliponirudia, kitu cha kwanza na cha pekee nilichokiona ni maiti ya mpendwa Ngokole. Ilikuwa na tundu la risasi usoni. Nikayasahau maumivu yangu na kujizoazoa hadi nilipomfikia na kumkumbatia. "Usife Ngokole, Ngoko inakuhitaji," nilifoka machozi yakinibubujika. Haikusaidia. Alitulia kimya, akiwa maili nyingi kutoka ulimwenguni. Masikioni nilihisi kuisikia sauti yake ikisema tena na tena, "Nikifa atazaliwa Ngokole mwingine"

"Tayari amekufa!" Nilijikumbusha. "Kwa nini?" Nikajiuliza kwa mshangao.

Mshangao uliishinda nguvu hasira yangu juu ya wakuu hao ambao walimwangamiza. Niliwaona watu wa ajabu mno, kumwangamiza mtu aliyejinyima mengi kwa ajili yao. 'Kwa nini?' nikajiuliza tena.

Mara nikafahamu. Wao walikuwa vibaraka tu ambao kama mbwa wameamriwa kumwangamiza mwokozi wao ili wakati wa mlo watupiwe kipande cha mfupa, mbwa halisi ambaye yu radhi kumuuma hata mama yake ilimradi 'bwana' kamtuma.

Kwa mara ya kwanza nikauchukia uaskari katika nchi yoyote yenye msingi wa kibeberu. Nilijua kuwa hata mimi nilikuwa mbwa, ndiyo maana wakaniteua kumuua Ngokole.

Hadi sasa mimi kuwa hai, nilijua, ni baada ya kunipiga ile risasi na kunifikiria nimekufa.

Niliwaza hayo nikiwa bado nimemkumbatia marehemu Ngokole. Maumivu katika jicho langu yalizidi kuneemeka. Nikiwa sijui la kufanya nilijizoazoa tena na kuyaepuka maiti. Nikaanza safari ya porini nikiwa sijui niendako wala nitokako. Jua likachomoza na kuzama ningali natembea. Siku ya pili niliufikia mto mkubwa. Nikayatumia maji yake kwa kunywa na kuliosha jeraha langu ambalo lilianza kunuka. Baada ya kulifunga vizuri kwa tambara lililokatwa kutoka ndani ya shati langu nilianza tena safari yangu. Nilipochoka nikalala juu ya mti. Nilipoamka nilianza tena safari.

Sijui nilisafiri siku ngapi. Ninachokumbuka ni kuwa nilikuwa nikila chochote kinacholika ili nisife njaa, chochote, majani kwa matope, mizoga kwa mizizi. Naam, niliishi. Kilichonitisha sana ni nguo zangu ambazo zilianza kuchakaa. Nikahofia kuishiwa kabisa na kuanza kwenda uchi wa mnyama. Jeraha langu pia lilitisha kwa jinsi lilivyozidi kunuka bila dalili yoyote ya kupona.

Siku moja katika mizunguko yangu ya porini nilimwona mtu kaketi juu ya gogo akisoma kitabu kinene sana hali kando yake kuna vitabu vingine kadhaa vinenevinene. Nilijishauri kabla ya kumsogelea, nikijijua wazi kuwa endapo angeniona ghafla angekimbia kwa kunidhania jini au mwendawazimu, kwa jinsi nilivyochakaa. Hivyo, nilimsogelea polepole hadi nilipomkaribia. Aliponiona aligutuka lakini hakukimbia. Badala yake aliinuka na kunifuata. Aliponifikia alinishika mkono na kuniongoza chini ya mti. Bila kuuliza chochote alianza kulishughulikia jeraha langu kwa kuondoa tambara nililolifunga mimi ambalo sasa lilioza kama jeraha lenyewe.

Akalisafisha kwa makini na kulifunga upya kwa leso yake safi aliyoitoa mfukoni.

Alipomaliza aliniuliza kwa upole, "U nani ndugu?" Nikamweleza hadithi yangu nzima kwa urefu. Aliisikiliza kwa makini, akaonyesha huzuni na maumivu. Nilipomaliza nilimsikia akiguna. Kisha alinong'ona, 'Cheche moja ya moto yaweza kuanzisha moto mbugani. Sisi hapa sasa tu wawili. Lakini nakuhakikishia kuwa tutakuwa wengi kiasi cha kuwa moto mkubwa ambao utachoma itikadi nzima ya ubeberu, unyonyaji na ukabila.'

Maneno yake yalinishangaza. Alizungumza kwa hakika kama Ngokole mwenyewe. Pengine ndiye huyu aliyetabiriwa? Tazama alivyonihudumia kama mwanawe! Tazama nilivyofarijika na kupata matumaini mapya kwa hotuba yake fupi. Kwa mara nyingine, nikamgeukia na kumtazama kwa makini. Nikaiona nuru isiyo na mashaka ikiwaka katika macho yake. Kisha, nikakumbuka kuwa sura yake haikuwa ngeni machoni mwangu. Niliwahi kumwona mara nyingi magazetini. Alikuwa waziri katika serikali ya marehemu Ngokole!

"Ndugu Kasukulu Obone!" nikaita na kuuliza.

"Ndimi."

"Mbona uko hapa?"

Akanieleza habari ndefu, habari ambazo nilikuwa sijazipata; kwamba serikali ilikuwa imepinduliwa. Mkuu wa majeshi alikuwa ametwaa madaraka. Kwamba watu wengi wenye msimamo wa Ngokole walikuwa wameuawa. Yeye Obone aliponea chupuchupu baada ya kuruka dirishani mkononi akiwa na vitabu tu. Mauaji yalikuwa yakiendelea huko mjini kwa nia ya kumuondoa kabisa mtu yeyote anayeweza kuzaa mawazo ya Ngokole.

"Kitu kimoja hawajui Koplo Tambwe," Obone alisema. "Hawajui kuwa kila wanapoua mtu mmoja kwa ajili ya haki watu kumi watakaodai haki huzaliwa. Wanachofanya ni kuongeza uzito wa makosa yao tu. Leo tuko wawili hapa. Nakuhakikishia baada ya wiki mbili tutakuwa jeshi zima lenye uwezo wa kuikomboa tena nchi ya Ngoko kutoka katika midomo ya hawa fisi wenye njaa ya utajiri na kiu ya damu."

Alikuwa kama nabii, Obone, kwani niliamini maneno yake usiku huo huo baada ya kutokea mtu mwingine ambaye alidai ameshindwa kuvumilia baada ya askari wa jeshi lililopokonya madaraka kumwingilia usiku na kumnajisi mke wake hali yeye akiamriwa kushika taa. Tulipomwuliza kilichomleta porini alisema kuwa alikuja kujinyonga lakini alishindwa baada ya kukutana nasi bila ya kutegemea.

Kumbe msitu mzima ulikuwa umejaa watu waliotoroka mjini. Siku tatu tu baadaye tulikuwa jumuia nzima ya wanyonge wenye hofu na huzuni; jua likitutesa, mvua ikituadhibu na huku mbu wakituuma wapendavyo. Njaa lilikuwa tatizo letu kuu. Tulipambana nayo kwa mawindo ya wanyama na majani ambayo yalitukia kudhihirika kuwa yanafaa.

Pamoja na dhiki zote hizo tuliendelea kuishi msituni, tukikabiliana na matatizo kikamilifu. Mvua na jua ni matatizo ambayo tuliyatawala mara moja kwa kujijengea vibanda. Njaa tuliishinda kwa kutafuta chakula huku na kule na kukihifadhi vyema vibandani. Hofu ya maisha ya baadaye na huzuni ilitutoka kwa kuutazama uso wa Kasukulu Obone ambao ulijaa matumaini pamoja na kuisikia sauti yake isiyo na shaka ikisema mara kwa mara, "Sisi ni cheche ya moto. Ngoko inatutegemea."

Wako watu walioshindwa kustahimili maisha hayo, wakatoroka na kurejea mijini ambako walitusaliti serikalini kwa kusema kuwa tuko msituni tukijiandaa kupambana na serikali, jambo ambalo tulikuwa hatujalijadili kamwe. Hivyo, tukaanza kupata wageni wengi, wapelelezi ambao walituletea barua za vitisho zikituamuru kurudi mjini. Hatukuhadaika. Badala yake tulihamisha makazi yetu hadi sehemu nzuri kwa usalama wetu, sehemu ambayo ingewatoa jasho maadui endapo wangediriki kutufikia.

Na haukupita muda mrefu kabla hawajathubutu kufanya hivyo. Lilitumwa jeshi lenye askari kama mia moja, waliojiandaa kikamilifu kwa vita. Habari za shambulio hilo tulizipata ghafla kutoka kwa wawindaji wetu ambao waliwaona wakitujia kutoka mbali. Kwanza, mara tu tulipoambiwa habari hizo tuliduwaa tukitazamana kwa hofu, kila mmoja akiwa hajui la kufanya.

Kutazamana huko kuliyafanya macho yangu yakutane na yale ya Kasukulu Obone. Nikashangaa kuyaona yake hayana hofu yoyote bali nuru isiyo na shaka ikichanua kiasi cha kumfanya aonekane kama malaika mbele yetu. "Lazima tupambane nao," alifoka ghafla. "Lazima tuwaonyeshe leo kuwa sisi ni cheche za moto. Lazima... Lazima...," aliendelea kufoka akikimbilia kibandani mwake ambamo alitoka mara hiyo hiyo akiwa ameshikilia bastola.

Sijui ni kitu gani kilichonitukia. Nilijikuta dakika hiyo hiyo nikianza kufoka kwa sauti kali ya kijeshi kuwaamuru watu wote kujiandaa kwa vita. Sijui ni kitu gani vilevile kilichotokea mioyoni mwa watu wote kwani dakika hiyo hiyo kila mtu alikimbia huku na huko na kurejea akiwa na silaha yoyote aliyoweza kuipata. Wawili watatu walikuwa na bunduki, wachache wakiwa na mapanga na pinde, hali wengi wakiwa na marungu mikononi. Silaha kubwa waliyokuwa nayo, ambayo niliiona na kuitegemea ni ari na moyo. Hiyo, ilikuwa wazi machoni mwao. Kila mmoja alikuwa tayari.

'Tayari kufa.'

'Tayari kuua.'

Wote walinitazama wakisubiri amri yangu, wake kwa waume. Nikaongoza msafara nikiwaelekeza watokeako adui, mahala ambapo siku zote nilijua kuwa pangefaa sana kupambana na adui mwenye uwezo zaidi yako. Ilikuwa sehemu iliyokaa kama korongo lililofunikwa na msitu mkubwa, ambayo ilimlazimu adui kupita mmojammoja kabla ya kufikia upande wa pili. Ni hapa nilipowapanga kiume askari wangu, baada ya kuwaambia tena na tena wasifanye lolote hadi nitakapotoa ishara kwa bunduki niliyoiazima. Kisha, nikachukua nafasi yangu mwanzo kabisa wa maficho hayo.

Hatukusubiri sana kabla maadui hawajatufikia. Tuliwaacha kuingia vyema katika mtego wetu. Nilipohakikisha kuwa wamezingirwa barabara nilitoa ishara. Kilichofuata ni kitu ambacho hadi leo hii naogopa kukifikiria. Milio ya bunduki na marungu ilivuma ghafla, ikifuatwa na vilio vya watu waliokuwa wakifa. Damu ilimwagika mfano wa maji yasiyo na thamani; uhai wa watu ukiteketea mithili ya nyasi zinazoungua moto.

Ilikuwa kazi ya dakika chache tu. Kama kumi au ishirini. Baada ya muda huo hali ikawa kimya ajabu. Adui walitapakaa huku na huko maiti zikikata roho. Sisi tulisimama tukitazama mafanikio haya, ingawa wakati huo sikuyaona kama mafanikio.

Niliona huo ni uharibifu mkubwa wa maisha. Nilipowatazama watu wawili watatu waliokuwa wakisumbuka kukata roho, nilijikuta nikitokwa na machozi ambayo niliyafuta mara moja na kujiunga na kazi ya kukusanya silaha na mavazi kutoka kwa wafu hao. Kazi ya mwisho ikawa kuwazika marehemu wote katika mashimo na mapango. Wafu wachache wa upande wetu tuliwazika kwa heshima zote zilizowezekana.

Tukarejea makambini mwetu kishujaa.

Kesho yake uliitishwa mkutano wa dharura. Agenda ya mkutano huo ilikuwa kuchagua viongozi wetu. Jina la Kasukulu lilipita bila kupingwa ingawa wachache walinipendekeza mimi. Badala yake nilipewa wadhifa wa kiongozi wa jeshi.

Mara tu Kasukulu alipotajwa kama kiongozi akapendekeza kiundwe chama cha kisiasa ambacho dhamira yake ingekuwa kuondoa utawala haramu, wa kikatili, unaoitawala nchi yetu. "Si sisi tu tunaoteseka. Wenzetu wote tuliowaacha huko mjini wana dhiki kama yetu. Wanaumia kwa kukandamizwa kisiasa, kudhulumiwa kiuchumi na kudhalilishwa kiutamaduni. Kwa bahati mbaya, hawana la kufanya. Wako huru lakini hawako huru. Wanaishi lakini hawaishi. Kwa kweli, hawana tofauti na mbuzi waliomo katika zizi la fisi. Maadamu sisi tumeona ukweli tu kama nuru ambayo ina wajibu wa kuwamulikia ili waone. Sisi ni cheche ya moto itakayoanzisha moto..."

Hotuba yake ilipokelewa kwa shangwe. Ikaongeza ari katika mioyo yetu. Ikaundwa kamati chini ya Obone kama Mwenyekiti ambayo ilitakiwa kuunda katiba. Kwa bahati, nilikuwa mmoja wa wanakamati hao. Katiba ilieleza wazi kuwa dhamira kuu ya chama ni kuikomboa nchi kisiasa, kiuchumi na kiutamaduni. Kwa lugha nyingine, ni kuleta serikali ya kijamaa na kidemokrasia, kuhakikisha uchumi wa nchi u mikononi mwa wananchi na unatumiwa kwa manufaa ya wananchi wote. Jina la chama, kama alivyopendekeza Obone likawa Cheche.

Tangu hapo tumekuwa tukipambana na serikali kimachomacho.

Kila mwananchi wa Ngoko anajua hivyo ingawa dunia ya nje imefichwa kabisa kufahamu habari zetu. Na mara zinapojitokeza serikali inafanya chini juu kulichafua jina letu tuonekane kuwa sisi ni majambazi au magaidi badala ya watu wenye heshima zetu wapigania haki."

Uovu mwingi umefanywa kutulegeza mioyo. Kwa mfano, unionavyo hivi sina ndugu wala wazazi. Wote waliuawa na majeshi ya serikali baada ya wapelelezi wao kunitumia barua za vitisho na kubembeleza wakinitaka nirudi mjini. Nilipokataa ndugu zangu walianza kuuawa mmojammoja kwa madai kuwa wanashirikiana nami kutuibia siri. Nasikia baba na mama walikufa kwa taabu sana. Walichomwa visu mwili mzima, wakapakwa chumvi na pilipili na kisha kuanikwa juani ambako walikata roho baada ya kutaabika kwa muda mrefu.

Vivyo hivyo kwa wazazi na ndugu wa Kasukulu Obone. Inasemekana wametoweka mmojammoja bila kufahamika wanakopotelea.

Yule binti tuliyemtumia kumteka huyo mtu mnayemwita balozi mdogo, Taloo, vilevile, ingawa amejiunga nasi majuzi tu na hajasema lolote juu yake, tunahisi kuwa ni mke wa yule Mbunge Elizee Wilanja, ambaye aliwekwa kizuizini hivi karibuni na kisha kupatikana akiwa maiti gerezani; askari walinzi wakidai kuwa alivunjika shingo alipokuwa akijaribu kutoroka. Kisa cha mtu huyo kuwekwa kizuizini ni kuzungumza bungeni akiishauri serikali kupunguza starehe za wakubwa na kuwafikiria wanyonge.

Unaona basi, Joram, Ngoko ilivyogeuka dimbwi la damu? Watu wanakufa usiku na mchana. Wanakufa wapiganiaji haki na adui wa haki. Wala si kufa kimwili tu. Wako wafu wanaoishi, wafu ambao ama hawajui kuwa wamekufa ama wanajua lakini maadamu hawanuki, wanaendelea kutembea. Watu wanauawa kisiasa, wasiweze kusema lolote ingawa wanajua wanachohitaji kusema. Watu wanauawa kitamaduni, haki na nguvu za kujinufaisha kiuchumi wanazo lakini wameoza kwa ufukara na shida. Watu wanauawa kitamaduni, kwa kulazimishiwa tamaduni zisizowafaa wakati za kwao zinazikwa na kutokomezwa.

Kwa machache hayo, Joram, nadhani utauona umuhimu wa Cheche katika nchi yetu. Na ninaamini utaona aibu kwa kitendo chako cha kuingilia kati shughuli hizi kiasi cha kuharibu kabisa harakati zetu.

Lengo la Cheche si kuanzisha moto utakaoteketeza watu. Bali ni moto unaodhamiria kuchoma itikadi chafu nilizozieleza. Naam, kuunguza kabisa dimbwi zima la damu hadi Ngoko ibaki nchi tukufu isiyo na dhambi wala uonevu.

Ni katika kutaka kuifikia mapema zaidi nia hiyo ndipo tulipobuni mpango wa kumteka nyara Taloo. Nia yetu haikuwa kumwua. Kumwua yeye kusingepunguza idadi ya akina Taloo maelfu katika nchi yetu, ambao wanatumia vyeo vyao kwa ajili ya matumbo yao. Nia yetu ilikuwa ni kuifanya dunia ielekeze masikio yake hapa Tanzania. Na tungeitumia nafasi hiyo kuitangazia Ngoko na dunia nzima, sisi ni akina nani na tunataka nini. Hiyo ingekuwa moja kati ya hatua kadhaa ambazo zingetusogeza kunako ushindi.

Nawe ulipoingilia kati, tulibuni mpango wa kukuteka ili tukupeleke katika makambi yetu ujionee mwenyewe nini tufanyalo. Baada ya hapo tulitegemea kukupa waraka mahususi ambao tulitaka upeleke kwa Rais wenu na katika vyombo vya habari.

Kwa bahati mbaya, umeharibu kila kitu Joram. Umeturudisha hatua moja nyuma. Hata hivyo, sina budi kukuhakikishia kuwa hatutaacha mapambano hadi litakapoondoka tone la mwisho la damu ya watu wa mwisho katika chama chetu. Nakuhakikishia Cheche itawasha moto utakaoimulika Ngoko na dunia nzima."

* * *

Joram Kiango, ambaye alimsikiliza kwa makini sana, sigara moja baada ya nyingine ikiungua mdomoni, alitupa sigara ya mwisho sakafuni na kuikanyaga kwa mguu wake; mara Tambwe alipofikia mwisho wa maelezo yake. Kwa muda alitulia kimya akimtazama Tambwe usoni.

"Hadithi yako ni nzuri sana, ingawa inasikitisha," Joram alisema baadaye. "Hata hivyo, nadhani utashangaa nikikuambia kuwa sitaona aibu kamwe juu ya kitendo changu cha kuvuruga harakati zenu. Lazima uelewe hii ni Tanzania. Ingawa tunapinga itikadi za kibeberu, kama nyinyi akina Cheche, bado unawajibika kufahamu kuwa sisi Tanzania hatuingilii mambo ya ndani ya nchi nyingine. Kwa hivyo, ulikosea sana kuitumia Tanzania kufanya mambo yako. Hiyo ni sababu ya kwanza.

Sababu ya pili inayonipa haki ya kujipongeza kwa kuvuruga mbinu zenu ni imani yangu binafsi. Najua kuwa siku hizi imekuwa tabia, baadhi ya watu wenye tamaa ya utajiri na uroho wa madaraka kuanzisha chama na kukiita cha kijamaa. Wanajua kuwa watu wengi wanapenda ujamaa, hivyo wanauweka juu ya ajenda ili waungwe mkono. Mara tu wapatapo madaraka huitumia nafasi hiyo kutimiza miradi yao ya siri. Ninyi, ingawa pamoja na maelezo yako, pamoja na maelezo yaliyomo katika gazeti lenu hili ambalo nimelisoma kwa makini, bado siamini kuwa mna nia halisi ya kutimiza malengo yenu."

"Nia tunayo," Tambwe alidakia. "Na kwa kuhakikisha kuwa nia yetu inatimia, tumepanga kurudisha sheria ya vyama vingi vya kisiasa kwani tunaamini kabisa kuwa hakuna mwanadamu mwenye haki na hakika ya kufahamu mahitaji na matakwa ya watu wote. Tumedhamiria kabisa kuteketeza vipengele vyote vinavyoifanya Ngoko kuwa dimbwi la damu."

"Pengine!" Joram alimjibu. "Sitaki kuingilia mambo yenu. Lakini katika maelezo yote hayo bado sioni kwa nini Bob aliuawa. Unajua kabisa kuwa unaweza kuwaua Wangoko wengi upendavyo, lakini huna haki ya kuua hata mtoto mmoja wa Kitanzania. Kwa nini mlimuua Bob?"

Kitu kile kile mfano wa tabasamu kikajitokeza tena katika uso wa Tambwe.

"Nikuambie mara ngapi Joram kuwa Bob alijiua?" alisema. "Alijiua mwenyewe. Siku ile uliyomtembelea ukiwa na msichana wako na kujieleza kuwa u Joram Kiango, mimi nikiwa chumbani, niligutuka sana. Nilijua kuwa ukianza kupeleleza ungegundua kuwa bidhaa zote muhimu ambazo aliwajibika kuwauzia wateja wa R.T.C. alikuwa akituuzia sisi kwa bei yoyote aliyoitaka. Kugundua kwako uhusiano wake na sisi, hasa tukiwa katika hatua zile muhimu sana za kumteka Taloo, kungevuruga mipango yetu mingi. Ndipo nikabuni mpango ule wa kuandika barua ya uongo ikidai kuwa ameamua kujiua, pamoja na kumchana kidogo shingoni na damu kuipaka juu ya kisu ili iaminike kweli kuwa kajiua baada ya kukusudia. Nia ilikuwa kumpeleka huko kwetu msituni. Atoweke kabisa machoni mwa watu. Lakini Bob, akiwa hana hata chembe ya moyo wa kimapinduzi, alipinga katakata wazo hilo. Ikabidi nitume vijana wangu ambao walimlazimisha kwa nguvu kufanya yote yale yaliyofanyika. Halafu, wakampakia katika boti ili wampeleke Ngoko. Lakini kwa kuwa alidhamiria kutoroka Bob alijitupa ziwani akitegemea kuogelea arudi. Nadhani alikuwa hajui kuogelea kwani vijana wamesema alizama moja kwa moja kama nanga."

"Ukatimia usemi wake aliouandika katika barua," Joram alidakiza. "Kwamba kama samaki hawatamla mzoga wake ungeokotwa ukielea majini." Akacheka kidogo. "Hapo ndugu Tambwe nakupa pongezi. Ulipanga jambo hilo vizuri mno. Sijui kwa nini sikufikiria yote hayo."

"Sio rahisi," Tambwe alimjibu. "Kwani mambo yalienda kama yanayotokea katika hadithi."

Kikafuata kimya kifupi.

Kisha Joram aliinuka na kupiga hatua mbili tatu kuelekea mlangoni. Hapo alisimama na kumgeukia Tambwe, akitabasamu. "Ndiyo Meja," alisema. "Nadhani nawajibika kukushukuru kwa kunipa fursa nzuri kama hii ambayo imeniwezesha kuupima wepesi wangu. Ulikuwa na ulinzi mkali sana hapa, ambao ulikuwa madhubuti tayari kuniua endapo ningeteleza kidogo tu. Lakini nadhani utafurahi nikikuambia kuwa usiku mzima tulikuwa pamoja nikikusaidia kumlinda Taloo. Mijadala yenu yote ya siri mimi pia nilishiriki, ingawa nilikuwa kama msikilizaji tu, nikijihadhari sana nisionekane.

Mpango wako wa kubuni jeneza la uongo na kuwapigia polisi simu ya uongo kwa jina langu nimeuvulia kofia vile vile. Kama nisingekuwa mshiriki wakati mkiujadili nakiri kuwa ningelaghaika kama polisi walivyofanya. Hata hivyo, ulikosea kuacha nyumba tupu baada ya jeneza kuondoka. Niliitumia nafasi hiyo kumwiba Taloo baada ya kumpa vidonge ambavyo vilimrejeshea fahamu. Hivi sasa anajipumzisha na mkewe nyumbani kwake."

"Umenipa likizo nzuri sana, ndugu Tambwe," aliendelea. "Nitarudi Dar es Salaam nikiwa nimeridhika kabisa. Sasa hivi nitapita polisi kumtoa Neema pamoja na kuwafahamisha kuwa Taloo yu salama nyumbani kwake. Nakutakia heri na mafanikio katika harakati zako ingawa nisingekushauri kuthubutu kujaribu tena ndoto hizo katika nchi ya Tanzania. Kwaheri ya kuonana.

"Ah, Joram... Sikia..."

Sauti ya Tambwe ilimfuata nje. Lakini Joram hakugeuka kumsikiliza. Alikwenda zake, mkono mfukoni, sigara mdomoni na tabasamu usoni.

Printed in the United States
By Bookmasters